இருளர்கள் : ஓர் அறிமுகம்

க. குணசேகரன்

முப்பது ஆண்டு காலம் வானொலி, தொலைக் காட்சி மற்றும் பத்திரிகைகளில் பணியாற்றி உள்ளார். அனைத்து முன்னணி இதழ்களிலும் இவரது படைப்புகள் வெளிவந்துள்ளன. சமூகம், வரலாறு, கல்வி போன்ற துறைகளில் தொடர்ந்து ஆய்வு செய்து வருகிறார்.

இருளர்கள்

ஓர் அறிமுகம்

க. குணசேகரன்

கிழக்கு

இருளர்கள் : ஓர் அறிமுகம்
Irulargal : Orr Arimugam
K. *Gunasekaran* ©

First Edition: June 2008
128 Pages
Printed in India.

ISBN 978-81-8368-808-6
Title No. Kizhakku 307

Kizhakku Pathippagam
177/103, First Floor,
Ambal's Building, Lloyds Road,
Royapettah, Chennai 600 014.
Ph: +91-44-4200-9603
Email : support@nhm.in
Website : www.nhm.in

Author's Email : gunasekaran.aar@gmail.com

Kizhakku Pathippagam is an imprint of New Horizon Media Private Limited

This book is sold subject to the condition that it shall not, by way of trade or otherwise, be lent, resold, hired out, or otherwise circulated without the publisher's prior written consent in any form of binding or cover other than that in which it is published and without a similar condition including this the rights under copyright reserved above, no part of this publication may be reproduced, stored in or introduced into a retrieval system, or transmitted in any form or by any means (electronic, mechanical, photocopying, recording or otherwise), without the prior written permission of both the copyright owner and the above-mentioned publisher of this book.

காணிக்கை

தத்தித்தத்தி நடை பழகும் காலம் முதல்,
என்னை விரல்பிடித்து எழுதப் பழகி, மறையும்வரை
எனக்கு ஆசானாக இருந்த எனக்குள் வாழும் அப்பாவுக்கு.

வரவேற்பறை

1. பைக்குள் பாம்பு / 9
2. அதிசயப் பிறவிகள் / 26
3. விஷம் நல்லது! / 35
4. எங்க சாமி / 45
5. கல் அல்ல கடவுள் / 50
6. வீட்டுக்குள் தெய்வம் / 55
7. என் உயிர் தாயே / 62
8. வேர் சொல்லும் கதை / 67
9. அஞ்சறைப்பெட்டி / 72
10. காடு எங்கள் வீடு / 78
11. உரிமைப் போராட்டங்கள் / 92
12. போராட்டம் தொடர்கிறது / 99
13. புதிய கலாசாரம் / 106
14. தடங்கள், தடயங்கள் / 112
15. வலிமையே வாழும் / 119
    உதவிய நூல்கள் / 125

1
பைக்குள் பாம்பு

ஏதோ ஓர் உந்துதல். பையை எடுத்து தோளில் மாட்டிக்கொண்டு கிளம்பிவிட்டார் கோபால் ராவ். நிச்சயம் ஏதாவதொரு புதிய அனுபவம் கிடைக்கும் என்று அவருக்குத் தெரியும். ஆனால், வாழ்வில் மறக்கவே முடியாத பெரும் அனுபவம் வாய்க்கும் என்று அவர் நினைக்கவில்லை.

கோபால் ராவ் சென்றது பந்திப்பூர் காட்டுப் பகுதிக்கு. மைசூர் வழியாகச் செல்லவேண்டும். பந்திப்பூரைக் கடந்து அப்படியே ஊட்டி. நடந்தே போவது என்று முடிவு செய்திருந்தார் கோபால் ராவ். கண்ணுக்கெட்டிய தூரம் வரை மனித நடமாட்டமே இல்லை. சுற்றுலா வாகனங்கள் மட்டும் அவ்வப்போது எட்டிப் பார்த்துவிட்டு பறந்துவிட்டன. காலை பதினோரு மணி. தண்ணீர் தாகமெடுக்கவே ஒரு சரிவில் சளசளவென ஓடும் ஓடைநீரைக்கையால் மொண்டுப் பருக சரிவில் கால் வைத்தார்.

அதற்குப் பிறகு நடந்ததை அவரே விவரிக்கிறார்.

'திடீரென்று பெரும் கூச்சல். எனக்கு ஐம்பதடி தூரத் தில் ஐந்தாறு பேர். ஒருத்தருக்கும் சட்டையில்லை. தலைப்பாகை கட்டியிருந்தார்கள். சிலர் அரைக்கால்

சட்டை அணிந்திருந்தார்கள். அல்லது லுங்கி. எல்லோருடைய கையிலும் ஒரு கம்பு. ஒரு கோணிப்பை.

அவர்கள் போட்ட கூச்சலால் சட்டென்று மேலே ஏறி வந்து விட்டேன். பிறகு சுற்றும் முற்றும் பார்த்தேன். எதற்காக இப்படி இவர்கள் கத்தவேண்டும்? நான் யோசித்துக்கொண்டிருந்த போதே ஒத்தையடி பாதை வழியாக மளமளவென்று அந்த ஐந்து பேரும் மேலே ஏறி வந்தார்கள்.

ஒற்றை விரலில் உதட்டால் மூடி 'உஷ்' என்றார் ஒருவர். பிறகு, நான் இறங்குவதற்காகக் கால் வைத்த இடத்தில் பதுங்கிப் பதுங்கி நடந்தார். பிறகு திடீரென்று குனிந்து சிறிது மணலைக் கையில் எடுத்து முகர்ந்தார். அவரது முகக் குறிப்பைப் பார்த்த மற்றொருவர் அவர் பின்னால் ஊர்ந்து போக ஆரம்பித்தார். அவரிடம் ஆங்கில Y எழுத்து முனை கொண்ட கழி ஒன்று இருந்தது.

அப்போதுதான் கவனித்தேன். தூக்கி வாரிப் போட்டது. நான் இறங்க முயற்சி செய்த இடத்துக்கு நான்கடி தள்ளி ஒரு கருநாகம்.

குறைந்தது ஆறடி இருக்கும். சுருண்டு கிடந்தது. ஒரு விநாடி. இல்லை இல்லை அதற்கும் குறைவான நேரம் கடந்திருந்தாலும் நான் இறங்கி போயிருப்பேன். நினைத்துப் பார்க்கும்போதே உடல் நடுங்கியது.

அந்த இருவரும் அதற்குள் பாம்பை நெருங்கியிருந்தனர். முதலாக முன்னேறியவர் கவண் கம்பின் முனையால் பாம்பை அழுத்தினார். கண்ணிமைக்கும் நேரத்தில் பாம்பின் தலையைப் பிடித்துவிட்டார். பிறகு அப்படியே உருவி கையில் எடுத்து விட்டார்.

கறுப்பு நிறப் பாம்பு. கண்கள் ரத்தச் சிவப்பு. கையில் திமிறிக் கொண்டு இருந்தது. அந்தப் பாம்பால் தப்பிக்கவும் முடிய வில்லை. கொத்தவும் முடியவில்லை. உடும்புப் பிடி. சில விநாடிகளில் அந்தப் பாம்பை அப்படியே எடுத்து கோணிப் பையில் போட்டுவிட்டார்கள்.

பாம்பைப் பிடித்த ஆள் கன்னடத்தில் என்னைப் பார்த்துக் கத்தினார்.

‘யார் நீ? ஏன் இந்த மாதிரி இடத்துக்குத் தனியா வரே? இங்கே பாம்புகள் இருப்பது உனக்குத் தெரியாதா? நீ என்ன முட்டாளா?’

நான் பதில் எதுவும் சொல்லவில்லை. ஒரு சிகரெட் பற்ற வைத்தால்தான் என் படபடப்பு அடங்கும் போல் இருந்தது. என் சிகரெட் பாக்கெட்டைப் பார்த்ததும் அந்த இருளரின் கண்கள் விரிந்தன. உரிமையோடு ஒன்றை எடுத்துக்கொண்டார். தலைப் பாகையிலிருந்து ஒரு தீப்பெட்டியை உருவிப் பற்ற வைத்துக் கொண்டார்.

நான் மெல்ல பேச்சுக் கொடுத்தேன்.

‘நான், ஏற்கெனவே மூன்றுமுறை பந்திப்பூர் தொட்டண்ணா வைப் பார்த்து பச்சிலை மருந்து வாங்க காரில் என் ஓனருடன் வந்திருக்கிறேன். அந்தத் தைரியத்துலதான் தனியா வந்தேன்.’

‘ஓ உனக்குத் தொட்டண்ணாவைத் தெரியுமா’ என்றார் அந்த இருளர்.

‘மூன்று முறை வந்து மருந்து வாங்கி இருக்கேன். மைசூர்ல பூச்சிக் கடில ஒருத்தன் உடம்பு தடிமனாகிட்டது. அப்பதான் தொட்டண்ணாவைப் பத்திச் சொன்னாங்க. சாமுண்டி நகர்ல இருந்து வந்து பார்த்தோம்.’

‘தொட்டண்ணா யார் தெரியுமா? எங்க அப்பாதான்.’

‘இப்ப அவர் எங்கே இருக்கார்?’

‘மேட்டுலதான் இருக்கார். சரி இப்ப நீ போகப் போறியா இல்ல நேரங்கழிச்சிப் போவியா?’

எனக்கு இவர்களோடு கொஞ்சநேரம் பொழுதைப் போக்கி பிறகு செல்லலாம் என்று தோன்றியதால், ‘கொஞ்ச நேரம் கழிச்சே போறேன்’ என்றேன்.

நாங்கள் பேசிக்கொண்டிருந்த அந்த நேரத்தில் இரண்டு பேர் அந்த இடத்தைவிட்டு நகர்ந்து சென்றுவிட்டனர். கூட இருந்த சிலர், அங்கிருந்த சில சுள்ளிகளைப் பொறுக்கினார்கள். மண்ணில் குழிவெட்டி அதில் சுள்ளிகளைப் போட்டு பற்ற வைத்தனர். விலகிச் சென்றிருந்த இருவர் கையிலும் கொழுத்த முயல் ஒன்று திமிறிக் கொண்டிருந்தது.

ஆளாளுக்கு ஒரு வேலை செய்தனர். முயலை எப்படி பிடித்தார்கள் என நான் பார்க்கவில்லை. அந்தக் காட்சியைக் காணவில்லையே எனக் கொஞ்சம் வருத்தமாகவும் இருந்தது. முதலில் முயலின் தோல் உறிக்கப்பட்டது. பிறகு அதன் உடலில் மசாலா, உப்பு தடவப்பட்டது. நீண்ட குச்சியில் அதனைச் செருகி நெருப்பில் வாட்டினர். கையில் இருந்த கேழ்வரகுக் களி உருண்டையை என்னிடம் நீட்டினார்கள். கூடவே முயலின் ஒரு காலை நறுக்கித் தந்தனர். நான் தயங்கினேன்.

என் தயக்கத்தைப் புரிந்துகொண்ட தொட்டண்ணாவின் மகன், முயல் கறியை நன்றாகப் பிய்த்து சப்புக்கொட்டிச் சாப்பிட்டுக் காட்டினார். புன்னகையுடன் சொன்னார். ‘உம், சாப்பிடு இது உங்க ஊர்ல கிடைக்காது.’

வேண்டா வெறுப்பாகத்தான் ஒரு துண்டை மென்றேன். அடடா, அபாரமான ருசி. எண்ணெய் இல்லை. தாளிக்கவில்லை. மூக்கைத் துளைக்கும் வாசனை மசாலா இல்லை. எளிமையான ருசி. ஆனால் அலாதியான ருசி. களியும், கறியும் என் பசியைத் தணித்தது.

கூட்டத்தில் புல்லண்ணா என்பவன் கைநிறைய வால் பேரிக்காயை பக்கத்தில் இருந்த மரத்திலிருந்து கொண்டு வந்தான். அதில் இரண்டொன்றைத் தின்றபின் எல்லோரும் ஒரு சுனைக்குச் சென்று கையால் தண்ணீர் மொண்டு குடித்தோம்.

அந்தக் காட்டில் சுண்டைக்காய் கொத்துக் கொத்தாய்க் காய்த் திருந்தது. அதைப்பறிக்க இரண்டு பேர் மும்முரமாக இருந்தனர். மற்றவர் அங்கிருந்த ஒரு மரத்தில் பாதியளவு ஏறி மறுபடியும் இறங்கிவிட்டார். எங்களைச் சுற்றி இருந்த சில மூலிகைச் செடிகளில் இருந்து என்னென்னவோ பறித்தார்கள். அத்தனையும் மூட்டை கட்டப்பட்டது.

தொட்டண்ணாவின் மகன் எழுந்து ஒரு மரத்தின் கீழ் சென்று பார்த்தார். அது புதர்போல் இருந்தது. அதிலிருந்து ஓர் அசைவு தென்பட்டது. தன் தலைப்பாகைத் துண்டை விரித்து தூரத்தி லிருந்த அவர்களின் ஆள்களுக்குச் சைகை செய்தார். செய்து கொண்டிருந்த வேலையைஅப்படி அப்படியே போட்டு விட்டு அவர் அருகில் ஓடினார்கள் அவர்கள். நான் மட்டும் நடப்பதை வேடிக்கை பார்த்தபடி இருந்தேன்.

மளமளவென்று பிளாஸ்டிக் பைக்குள்ளிருந்த கோணிவிரிப்பு; நைலான் வலைகளை வெளியில் எடுத்தனர். பாம்பாக இருக்கும் என்று நினைத்தேன். சிறிது நடுக்கத்துடன் பார்த்துக் கொண்டிருந்தேன். இரண்டு பேர் கையில் கைத்தடிகள் ஓங்கியபடி இருந்தது. புதரிலிருந்த அந்த விலங்கு லேசாக வெளியில் வந்தது. பெரிய சைஸ் முள்ளம் பன்றி. அது வந்த வேகத்தில் மீண்டும் புதருக்குள் சென்றுவிட்டது.

அது பதுங்கிய இடத்தைச் சுற்றி வலையைக் கம்பிகளில் செருகி சதுரமாக நட்டார்கள். நான் இருந்த இடத்துக்கு வந்த ஒருவர் மிச்சமிருந்த முயல்கறியின் சில துண்டுகளை கத்தியால் சிறுக, சிறுக நறுக்கிக் கொண்டு சென்றார். பன்றி பதுங்கிய இடத்தி லிருந்து அதைத் தூவியபடி வலை வரை கறித்துண்டு போட்ட பின்னர், எல்லோரும் நானிருந்த இடத்துக்கு வந்துவிட்டனர். மணி இரண்டரை. எல்லோர் கண்களும் அந்தப் புதரைப் பார்த்தபடி இருந்தது.

'என்ன சாமி என்ன பார்க்கறே இதான் சாமி எங்க காட்டு வாழ்க்கை. எல்லாத்தையும் பிடிக்க மாட்டோம். அதோ மேயுதே கொம்புமான் அதையெல்லாம் தொடவே மாட்டோம். ஏன்னா ஒருகாலத்துல மான்கள் நிறைய இருந்துச்சி அடிச்சி சாப்பிட்டோம். இப்ப அது, கொறஞ்சி வருது. அதனாலேயே ஊர்க் கட்டுப்பாடு போட்டு யாரும் பிடிக்கறதில்லை.'

நாங்கள் பேசிக் கொண்டிருந்த போதே வலை லேசாக அசைந்தது. முள்ளம்பன்றியின் முள் தாறுமாறாக வலையில் சிக்கிக்கொண்டதால், அதனால் திரும்பிச் செல்ல முடிய வில்லை. திணறிக்கொண்டிருந்தது. அந்தப் புதரே திமிலோகப் பட்டது. ஒருவரும் புதரை நெருங்கவில்லை. எல்லோரும் வேடிக்கை பார்த்தபடி சிரித்துக்கொண்டிருந்தனர். 'கறி வாசனை, நல்லா வேலை செஞ்சிருக்கு. போனமுறை, கறி இல்லாததாலே பிடிக்க முடியலை. இந்தமுறை வசமா சிக்கிடுச்சி' என்றார் ஒருவர்.

முள்ளம்பன்றி குதித்து, குதித்து வலையை அறுக்க நினைத்து கூடுதல் சிக்கலில் சிக்கிக்கொண்டது. இனி அது எத்தனை முயன்றாலும் தப்ப முடியாது என்பது திட்டவட்டமாகத் தெரிந் தது. ஓர் அரைமணி நேர அவஸ்தைக்குப் பின்னர் அது அமைதி யடைந்தது. இனி என்னால் போராட முடியாது என்பது போல்.

நான்கு பேரும் தடிகளுடன் சென்று நான்கு மூலை வலைகளையும் லேசாக விடுவித்தனர். ஓங்கி குறிபார்த்து தலைமீது ஒரு போடு. முள்ளம்பன்றி மயங்கி விழுந்தது. அதன் கூரிய முட்கள் தோகை விரித்த மயில் அடங்குவதுபோல் சிறிதுச் சிறிதாகச் சுருங்கியது. அதன் முட்களைச் சேர்த்து கொடிகளால் இறுக்கிக் கட்டினார்கள். மயக்கத்திலும் லேசான ஒருவித உறுமல் அதனிடமிருந்து வெளிப்பட்டது. இனி, அது ஒன்றும் செய்ய முடியாது. கோணியில் குண்டுகட்டாகச் சுருட்டினர். முள் கையில் பட்டு குத்தாத வகையில் மிகக் கவனமாகப் பொட்டலம் கட்டினார்கள். காலை இறுகக் கட்டினார்கள்.

அதை என்ன செய்யப் போகிறார்கள் என்று அறிய ஆவல் ஏற்பட்டது.

‘நானும் உங்களோடயே வந்து பெரியவர் தொட்டண்ணாவைப் பார்த்துட்டு போகலாம்னு இருக்கேன்’ என்றேன்.

‘வாய்யா அதுக்கென்ன இரு கொஞ்ச நேரத்துல இந்தக் காட்டு மேட்டைத் தாண்டி போவலாம்’ என்றான் தொட்டண்ணா மகன்.

கூடவே போகும் முடிவு தெரிந்த பின்னர் அவர்களின் ஏதேனும் ஒரு சுமையைத் தூக்கிக்கொண்டு செல்ல முடிவு செய்தேன்.

மாலை இருள் கவியத் தொடங்கியது. தூரத்தில் எங்கோ யானை பிளிறியது. யானை பிளிறல் அடங்கியதும் காடே அதிரும்படியான சிறுத்தைப் - புலியின் உறுமல். கூட்டிலிருந்த பறவைகள் மிரட்சியுடன் சத்தம் எழுப்பிக்கொண்டிருந்தன. காட்டின் நிறம் மாறத் தொடங்கியது. சிறிது நேரத்துக்கு முன்னால் பரவசப் படுத்திய காட்சிகள் அனைத்தும் பயம் கொள்ள வைத்தன. சுனைக்குப் பக்கத்து மரத்தில் அதுவரை கிளைகளில் தாவித்தாவி விளையாடிக் கொண்டிருந்த சிங்கவால் குரங்குகள் மந்தையாய் கீழிறங்கி நாங்கள் இருந்த பாறைக்கு அருகில் வந்து அமர்ந்து மிரள, மிரளப் பார்த்தன.

இருட்டத் தொடங்கியது. லேசான குளிர். தொட்டண்ணாவின் மகன் ‘ஹூம் நட…நட…’ என அவசரப்படுத்தினான். எல்லோர் தலையிலும் ஒரு சுமை. என்னிடமும் சிறுமூட்டை ஒன்றைத் தந்தனர். முள்ளம் பன்றியை ‘டோலி’ போல் சுமந்தனர். கொஞ்சதூரம் போனவுடன் காட்டின் குறுக்காக ஒற்றையடிப்

பாதையில் நடக்கத் தொடங்கினோம்; லேசாகத் தூறியது. அவர்கள் பழக்கப்பட்ட பாதை என்பதால் மளமளவென நடந்தனர். ஒரு மேடு வந்தவுடன் நின்றோம். அது ஒரு செங்குத்தான சரிவு. கவனமாகப் பார்த்து இறங்க வேண்டும்.

பக்கவாட்டில் இருந்த மரத்தை, கிளையைப் பிடித்தபடி இறங்கி னோம். நகர வாழ்க்கையில் பாதசாரியாக சிக்னலைப் பார்த்துப் பார்த்து சம தரையில் நடந்த எனக்கு, இது புது அனுபவமாக இருந்தது. தூரத்தில் கூம்பு வடிவில் பத்துக்கும் மேற்பட்ட குடில்கள். அங்கிருந்து புகை வருவது தெரிந்தது. அந்த இடம் நெருங்க, நெருங்க ஏற்கெனவே அந்தப் பாதைக்கு நான் மருந்து வாங்க தொட்டண்ணாவைப் பார்க்க வந்த நாள் நினைவுக்கு வந்தது. அது ஒரு பழைய பாதை. அந்தக் குடியிருப்புக்குப் பிறகு பாதை இல்லை. அடைத்துவிட்டனர்.

எங்களைப் பார்த்ததும் அந்த வில்லியர் குடியிருப்பில் ஆங் காங்கே விளையாடிக் கொண்டிருந்த சிறுவர்கள் கூச்சலிட்டபடி வந்து சூழ்ந்து கொண்டனர். என்னை மட்டும் விநோதமாகப் பார்த்தனர். என் பேண்ட், சட்டை அவர்களுக்கு அந்நியமாகத் தோன்றியிருக்கவேண்டும்.

என் மூட்டையை அங்கு வைத்தேன். தொட்டண்ணாவின் மகன் என் மூட்டையை, சிரித்தபடி உடனே கொண்டுச் சென்றான். அதை தொட்டண்ணாவின் மகன் தூக்கியபோது, நான் அதிர்ந் தேன். அது அசைந்தது. ஆம், கருநாகம் சுருண்டிருந்த அந்த மூட்டையைத்தான் நான் சுமந்து வந்தேன். பயண பரபரப்பில் அது என்னவென்று அப்போது நான் யோசிக்கவில்லை. உடல் வியர்த்தது.

இரண்டு மூன்று நீண்ட கழிகளில் அரிக்கேன் விளக்கு கட்டி விளக்கேற்றி இருந்தனர். என்னை ஒரு திண்ணை அருகில் உட்காரச் சொன்னார்கள். நன்கு இருட்டிவிட்டது. கடிகாரம் ஆறேமுக்காலைக் காட்டியது.

அங்கிருந்த குட்டை போன்ற இடத்தில் என் கைகால்களையும் முகத்தையும் கழுவிக்கொண்டேன். இதமாக இருந்தது. டீ குடித்தால் நன்றாக இருக்கும் என நினைத்தேன். கறி சுடும் வாசனை வந்தது. எங்கள் கூட வந்த செங்கண்ணா என்றவர் இரண்டு குவளைகள் கொண்டு வந்தார். ‘சுக்குத் தண்ணிய

குடிக்கிறீங்களா?' கேட்டார். இனிப்பு குறைவாக இருந்தாலும் அந்த இடத்தில் அந்த நேரம் அது இதமாக இருந்தது.

குவளையைத் திருப்பித் தரும்போது 'என்ன சாமி தண்ணி சாப்பிடு வீங்கல்ல' கன்னடத்தில் மெல்ல கேட்டார் செங்கண்ணா.

'சாப்பிடுவேன். அதுக்கு முந்தி நான் தொட்டண்ணாவைப் பார்க்கணுமே' என்றேன்.

'இருக்கார், எங்க இருக்கார்னு பார்த்துட்டு வரேன். இந்தாங்க கோணித்துண்டு. நல்லா இந்தத் திண்ணையில விரிச்சிக்கங்க. சிகரெட் எல்லாம் தீர்ந்துடுச்சி. பீடி பத்த வைங்க வத்திப்பெட்டி பத்திரம். காட்டுல இதான் பெரிய சொத்து.'

செங்கண்ணா சொல்லிவிட்டு அந்த இருட்டின் மினுக், மினுக் வெளிச்சத்தில் நகர்ந்தார். பீடியைப் பற்ற வைத்து இதமாக புகைவிட்டுக் கொண்டிருந்தேன். நான் இவர்களைச் சந்திக்காமல் நேராக நடந்திருந்தால் காட்டின் ஏதாவது ஓர் இடத்தில் தங்க நேர்ந்திருக்கும். அங்கு மனிதர்களே இல்லாமல் நான் மட்டும் தனியாய் இருக்கும் நிலைமை ஏற்பட்டிருந்தால் என்ன ஆகியிருக்கும்?

அது ஒரு முழுமையான காடு. ஆங்காங்கே புலி, கரடி, மான், யானை, குரங்கு, சிறுத்தைப் படம் போட்டு எச்சரிக்கை செய்திருந்ததைக் காலையில் பார்த்திருந்தேன். இந்த மக்கள் காலம் காலமாக இப்படியே வாழ்ந்து பழகிவிட்டிருக்கிறார்கள் போலும். சிறு குழந்தைகள்கூட எதற்கும் பயப்படுவதாகத் தெரியவில்லை. வாழ்க்கை எவ்வளவு அச்சம் நிறைந்தது என்பதை ஓர் இரவு இதுபோன்ற இடத்தில் தங்கினால்தான் உணர்ந்து கொள்ள முடியும்.

'நிம் யாரு சாமி நனக்கே கொத்தில்லா' என்ற குரல் என்னை நோக்கி வந்தது. போர்வை போர்த்தி வெளுத்த மீசையுடன் கையில் தடியுடன் கூடவே செங்கண்ணா.

சட்டென்று நான் வந்தவரை புரிந்துகொண்டேன். 'ஏனு தொட்டண்ணா சாமண்டிபூர் அல்லந்திரே பந்த்ரே.'

'ஹோ... ஹோ... ஏனோ நனக்கு கொத்தில்லா சாமி.' நான் மரியாதைக்காகப் பதில் சொல்லிக் கொண்டே எழுந்தேன்.

'கூத் கொல்றீ' என்றார் தொட்டண்ணா.

நான் மூன்று மாதத்துக்கு முன்பு தொடர்ந்து ஐந்து நாள்கள் காலையில் வந்து சந்திரன் என்பவருக்கு மருந்து வாங்க வந்ததைச் சொன்னேன்.

நான் சொன்ன அடையாளத்தை அவர் புரிந்துகொண்டார். மடமடவென்று கேள்விகளை அடுக்கினார். மருந்து சாப்பிட்ட சந்திரன் எப்படியுள்ளார்? நான் நிறையப் பேருக்கு மருந்து தருவதால் யாரையும் அழுத்தமாக நினைவில் வைத்திருக்க இயலாது. முதுமையும் ஒரு காரணம். அது சரி, இந்த அகால நேரத்தில் ஏன் இங்கு வந்தாய்?

நான் அங்கு வந்து சேர்ந்த கதையை தொட்டண்ணாவிடம் செங்கண்ணா சொன்னார். 'சரி சரி இன்று தங்கிச் செல்லட்டும். காட்டு இலாக்காவினர்தான் இரவில் வருவார்கள். அந்நியர் ஏன் தங்கியுள்ளார் எனக் கேட்பார்கள். கேட்டால், காலையில் மருந்து வாங்கிப் போவதற்கு இரவே வந்து தங்கிவிட்டார் என்று கூறி தங்கவைத்துக் கொள்ளுங்கள். காலையில் நான் வந்து பார்க்கிறேன்' என்று சொல்லி தொட்டண்ணா சென்றார்.

செங்கண்ணா திரும்பி வரும்போது, ஒரு சுரைக் குடுவையும் இரண்டு குவளைகளும் கொண்டு வந்தார். அந்தத் திண்ணையின் மூலையிலிருந்த அகல் விளக்கைப் பற்றவைத்தபின் குடுவையிலிருந்த நெடியுடன் கூடிய பானத்தைக் குவளையில் ஊற்றினார். இரண்டு குவளைகளில் ஊற்றியபின் ஒன்றை என்னிடம் தந்தார்.

'சாமி, இதக் குடிச்சிப் பாரு ரொம்ப நல்லாருக்கும். தேன்ல செய்தது. உடம்புக்கும் நல்லது. குளிர்லாம் தெரியாது,' என்று அதன் பெருமைகளைக் கூறி கொஞ்சம் கொஞ்சமாக உறிஞ்சத் தொடங்கினார். அந்த விளக்கு வெளிச்சத்தில் கருஞ்சிவப்பாக அது தெரிந்தது. புளித்த வாடையுடன் நெடியுடன் இருந்தது. லேசாக உதட்டில் வைத்து உறிஞ்சிப் பார்த்தேன். சுர்ரென்றது. இனிப்பும், புளிப்பும், காரமும் கலந்த சுவை.

செங்கண்ணன் நான் பீடி பற்றவைக்க முயன்றபோது தடுத்து, 'அது வேண்டாம், இதப்பிடி,' என்று தலைப்பாகையிலிருந்து, ஒரு பீடியைத் தந்தான். வழக்கமான பீடியின் கனத்தைவிடச் சற்று கனமாக இருந்தது. பற்றவைத்தவுடன் காரம் தாக்க லேசாக இருமினேன். பின்னர் சரியாகிவிட்டது.

என்னைச் சுற்றி ஒரே மேகக் கூட்டம். நான் தேவதைகள் அணியும் உடையுடன் அந்தக் காட்டின் இருளில் பறந்து கொண்டிருந்தேன். தூரத்தில் காட்டெருமை ஓங்காரமாகக் கத்தியது.

செங்கண்ணன் அந்த இருட்டிலும் என்னைப் பார்த்து நமுட்டுச் சிரிப்புடன் 'என்ன சாமி, எப்படி இருக்கு? போதுமா, இன்னும் ஊத்தட்டுமா' என்று கேட்டான்.

வேண்டாமென்று தலை ஆட்டினேன். எப்பொழுதும் இல்லாத சிரிப்பும், சந்தோஷமும் எனக்குள் உண்டானது.

'கொஞ்சம் இரு எங்களவங்க எல்லாரும் இங்கதான் வருவானுங்க, வந்தப்புறம் சாப்பிடலாம் சரியா?'

யார் கேட்டது என்று தெரியவில்லை. நான் தலையாட்டினேன். அந்த பானமும், பீடியும் என்னை வேறு உலகுக்கு அழைத்துச் சென்றுவிட்டதை என்னால் உணர முடிந்தது. கொஞ்ச நேரத்தில் நாங்கள் காட்டில் சந்தித்த அத்தனை பேரும் ஒருவர் பின் ஒருவராக வந்து சேர்ந்தனர். வந்தவர்கள் சுரைக் குடுவையில் இருந்ததை ஆளுக்குக் கொஞ்சம் ஊற்றிக் கொண்டனர்.

'என்ன மைசூர்க்காரரே இப்ப குளிருதா.' வந்தவர்களில் ஒருவன் கேட்டான்.

'குளிரே தெரியலை' என்றேன்.

'அந்தப் பாம்பு மட்டும் உன்னைப் போட்டிருந்தா எங்களுக்கு எவ்ளோ வேலை வச்சிருப்பே தெரியுமா, எப்பவுமே காலை ஓர் அடி வைச்சாலும் காட்டுக்குள்ள மட்டும் ஜாக்கிரதையா வைக்கணும்.'

இது செங்கண்ணன். கனமான கேழ்வரகு ரொட்டி ஒன்றை என் கையில் திணித்தார்கள், வரட்டி போல் இருந்தது. ஒரு துண்டு கடித்தேன். அதிலேயே உப்பு, பச்சை மிளகாய், கறிவேப்பிலை, இஞ்சி, கொத்துமல்லி அனைத்தையும் அரைத்துப் போட்டிருந்தார்கள். அபாரமான ருசி. பிட்சா பிச்சை வாங்கவேண்டும்.

இரண்டு கைகளை விரித்தால் எவ்வளவு அகலம் வருமோ அந்த அளவுக்கு ஒரு தோசை. ஒன்றே போதுமானதாக இருந்தது.

சிலர் இரண்டு, மூன்று தின்றார்கள். பக்கத்தில் பானையிலிருந்த குளிர்ந்த நீரை மடக் மடக்கென்று குடித்து முடித்தேன்.

சொர்க்கம் இதுதான். வேறு எங்கும் இல்லை. இருளர்கள் மனிதர்கள் அல்ல. தேவக்குமாரர்கள் அல்லது தேவர்கள்.

தொட்டண்ணாவின் மகன், கையில் சிறிய மேளத்தோடு சிரித்துக் கொண்டே வந்து சேர்ந்தான்.

'ரே செங்கண்ணா, ரெங்கம் ஆடலாமா' கேட்டான்.

'அட போப்பா, காட்டுல இன்னிக்கு ரொம்ப வேலை. காலைல சுண்டைக்காய பஸ் ஸ்டாண்டு வரைக்கும் வேற கொண்டு போவணும். என்ன ஆள வுடு.'

'ரே ரொம்பத்தான் சிணுங்குவான். ஒரே ஒரு பாட்டைப் பாடிட்டு போடா,' என்றான் அதட்டலாக. இதற்கு இடையே சின்னச் சின்ன மரக்கட்டை, சுள்ளிகளை போட்டு கொளுத்தினார்கள். தீ கொழுந்துவிட்டு எரிந்தது. திண்ணையிலிருந்தவர்கள் இப்போது நெருப்புக்கு முன்பாக வட்டமாக உட்கார்ந்தனர். தொட்டண்ணாவின் மகன் தன் கையிலிருந்த மேளத்தைத் தணலில் காட்டி தட்டத் தொடங்கினான்.

உட்கார்ந்தவர்கள் எழுந்தனர். அழுக்குப் பை ஒன்றைப் பிரித்து கம்பியில் கோத்த சலங்கையை வெளியில் எடுத்தான் தொட்டண்ணாவின் மகன். அதைத் தங்கக் காப்புபோல கையில் மாட்டினான் ஒருவன்.

மேளச் சத்தத்துடன் இணைந்து சலங்கையின் சிணுங்கல் ஒலி. சிலிர்ப்புடன் எழுந்துகொண்டார்கள். ஒருவர் தோளை மற்றொருவர் பிடித்து ஆடத்தொடங்கினார்கள். கூடவே பாட்டு. கன்னடமும் புரியாத இருளி மொழியும் கலந்துக்கட்டி உருவாக்கிய பாடல்கள்.

என்னால் பாடலைப் புரிந்துகொள்ள முடியவில்லை என்றாலும் அந்த இசையில் என்னால் சுலபமாகக் கரைய முடிந்தது. கண் சொக்கியது. பானம், புகை, சாப்பாடு, பாட்டு, நடனம். ஒன்று சேர்ந்து நிகழ்த்திய மாயம். எப்போது தூங்கினேன் எனத் தெரியவில்லை. கண் விழித்தபோது காலை ஏழரை மணி.

அங்கு இரவு எரிந்த தீயிலிருந்து புகை மட்டும் வந்து கொண்டிருந்தது. வரிசையாக இரண்டு கார்கள், ஒரு ஜீப், ஒரு பைக் என நகரத்துப் புதியவர்கள் காலையிலேயே அங்கு வந்திருந்தனர். தொட்டண்ணா வீட்டுக்கு எதிரே கயிற்றுக் கட்டிலில் ஓர் ஆணும்

ஒரு பெண்ணும் உட்கார்ந்திருந்தனர். தொட்டண்ணா, வீட்டுக்குள் போவதும் கையில் சிறிய கோப்பையில் மருந்து கொண்டு வந்து சிலர் வாயில் ஊற்றுவதுமாக இருந்தார்.

தொட்டண்ணா என்னை உற்றுப் பார்த்தார். இரவில் சரியாகத் தெரியாத என்முகம் இப்போது தெளிவாகத் தெரிந்தது போலும். புன்னகைத்தார். 'ஏனு கண்ணா சென்னாயித்தீரா.' என்ன கண்ணா நல்லா இருக்கியா என்று கன்னடத்தில் கேட்டார். தலை யாட்டினேன்.

ஒரு கரண்டியில் ஏதோ ஒரு கொழுப்பு போல் இருந்தது. அதை ஓர் ஆணின் வாயில் ஊற்றினார். அவன் வாந்தி வருவது போல் பாவனை செய்ய அவனை முதுகில் தட்டி எப்படியோ விழுங்க வைத்தார். கூடவே அவன் கையில் சில மருந்தைத் தந்து ஏதோ கூறினார். வந்தவன் அவருக்கு முன்பாக மரியாதையுடன் எழுந்து நின்று கைகூப்பி வணங்கி, சில ரூபாய் நோட்டுக் கற்றையைத் திணித்தான்.

தொட்டண்ணா சிரித்தார்.

'அட இதுக்குப்போய் இவ்ளோ பணமா, அதெல்லாம் வேணாம். நானா மருந்தை செய்யறேன். கன்னியம்மா அருளாலே காட்டுல கிடக்குற பொருளை வச்சிதானே மருந்து செய்ஞ்சி தர்றேன். பணமெல்லாம் வேணாம் சாமி. எங்க பிள்ளைங்களுக்கு நோவு நொடி வராம, பஞ்சம் பசி வராம கன்னிம்மா காப்பாத்த பிரார்த்தனை மட்டும் பண்ணிங்கன்னா போதும்.'

வந்திருந்த ஒவ்வொருவருக்கும் ஒரு பிரச்னை. நாகரிக வளர்ச்சி யில் நகர்ப்புறத்தில் எத்தனையோ நவீன மருந்து இருந்தும் தொட்டண்ணா போன்ற நாட்டு மருத்துவர்ளை நாடுபவர்கள் இருக்கத்தான் செய்கிறார்கள். இருளர் தலைவர் தொட் டண்ணாவின் கைராசியா அல்லது அவரது மருத்துவ அனுப வமா அல்லது அவர் அளிக்கும் நம்பிக்கையா? எது குணப்படுத்து கிறது? கண்டறிய முடியவில்லை.

விதவிதமாக மருந்து சாப்பிட்டும் குணமாகாதத் தோல் தடி மனை, தொட்டண்ணாவின் மூன்று வேளை மருந்து குணப் படுத்தியதை நான் அறிவேன். என் கண் முன்னால் நடந்த அதி சயம் இது. தொட்டண்ணாவைப்போல் பல தொட்டண்ணாக்கள் காடு முழுவதும் பரவியுள்ளனர்.

தொட்டண்ணாவின் மகன் என் தோளைத் தட்டினான்.

‘ஏய்யா, நீ கிளம்பணும்னு சொன்னியே, கிளம்பலயா? வரிசையா வண்டிங்க இருக்கே.. இதுல ஏதாவது ஒண்ணுல ஏறி போறதுதானே? நடந்து, கிடந்து போகாதே.’

எனக்கும் அது சரியெனப்பட்டது. ஊட்டி வேண்டாம் பேசாமல் மைசூருக்கே திரும்பிவிடுவோம் என்று நினைத்தேன்.

‘மைசூர் யாராச்சும் போனா சொல்லுங்க,’ என்றேன். வந்திருந்த காரில் எனக்கு ஓர் இடம் கிடைத்தது. வழியில் - முள்ளம் பன்றியும், கருநாகமும் நினைவுக்கு வந்தது. எதேச்சையாகப் பார்த்தபோது முன்சீட்டில் என்னுடன் வண்டியில் செங்கண்ணா வும் உட்கார்ந்திருப்பது தெரிந்தது.

‘நீங்களும் வர்றீங்களா’ என்றேன்.

செங்கண்ணா சிரித்தபடி ‘நானும். ஏறுனதுல இருந்து பார்த்துட்டு தான் வர்றேன், ஏதோ யோசனைல வர்றீங்கண்ணு. மைசூருக்குத் தான் போறீங்களா.’

‘ஆமாம்.’

சாமுண்டி மலை அருகில் நெருங்கி வந்ததும் செங்கண்ணா, டிரைவரிடமும் காரில் வந்த தம்பதிகளிடமும் தான் இங்கேயே இறங்குவதாகச் சொல்லிக் கதவைத் திறந்தான்.

‘நானும், வர்றேனே, கொஞ்ச தூரம்தானே, நடந்தே சிட்டிக்கு போறேன்’ - என்று சொல்லி காரிலிருந்து செங்கண்ணாவுடன் இறங்கிவிட்டேன்.

செங்கண்ணா கையில் சிறிய மூட்டை நெளிந்தது. காரில் உடன் வந்தவர்களுக்கு அது என்னவென்று தெரியாது.

கார் எங்களை இறக்கிவிட்டு ஒரு வளைவில் சென்று மறைந்தது.

செங்கண்ணா பீடியை நீட்டினார்.

‘நானும் மைசூர்தான் போகணும். ஒரு வேலையை முடிச்சிட்டு இதோ குறுக்காலே நடந்தா சாமுண்டி மலையத் தாண்டி போயிடுவேன். நீங்க ஏன் இறங்குறீங்க. கார்லயே போறது தானே.’

நான் கண் சிமிட்டினேன்.

'நேத்து குடுத்தீங்களே அது இல்லயா?'

'அதெல்லாம் இல்ல. சாதா பீடி தான்.'

'எனக்கு என்னவோ, உங்க ஊரை விட்டு வர மனம் இல்ல. அதான் உன்ன பார்த்ததும் நானும் இறங்கிட்டேன். நீயும் மைசூர்தான் போறே, நானும் அங்கதான் போகணும். உன் வேலை முடிச்சி உன்னை வண்டி ஏத்தற வரை கூடவேயே இருக்கேன் சரியா?'

தங்கள் மீது இத்தனை பாசமுள்ள ஒரு நகரவாசியைப் பார்த்த மகிழ்ச்சியில் செங்கண்ணா, 'சாமி நீ எப்ப வேணா வா சாமி சொந்தக்காரனாட்டம். ஆனா ஒண்ணு பகல்லே வா, பார்த்து வா, வழி தெரியும்ல?'

'இது என்ன தெரியுதா' என்று மூட்டையைக் காட்டினான்.

'தெரியும்.'

குழந்தை, குட்டிங்க நெறைய இருக்குற எடத்துல இது வரக் கூடாது. அதுக்கு ஏத்த குளிர்ச்சியான எடத்துல விட்டுட்டா அது பாட்டுக்குக் கெடக்கும். அதான் இத நேத்து பார்த்தபோதே பிடிச்சி மூட்டைக் கட்டினோம். ராத்திரியில விட்டா சரிப்படா துண்ணுட்டுத்தான் இப்ப கொண்டாந்தேன்.'

ஒரு பாறை மீது ஏறி மூட்டையை எடுத்துத் தரச் சொன்னான். அது அசைந்தது. எனக்கு உள்ளூர அச்சம். ஒருவழியாக மூட்டையை எடுத்துத் தந்தேன்.

'ஏன்யா பயப்படறே, நேத்து நீதானே தைரியமா தூக்கிட்டு வந்தே.' - செங்கண்ணன் சிரித்தான்.

'அது என்னன்னு தெரியாது. அதனால பயப்படல. அது, என்னன்னு தெரிஞ்சபின்னாடி பயம் தானே வந்துடிச்சி' - என்றேன் சிரித்தபடி.

தலைப்பாகை முடிச்சை அவிழ்த்து ஏதோ ஒரு தூளைத் தந்தான். மூலிகையின் வாசனை இதமாக இருந்தது. கொஞ்சம் கசப்பாகவும் இருந்தது.

‘சரி, சரி, இந்தா இத வாயில அதக்கிக்க. இந்தப் பாம்புக போய் சேரட்டும். அப்புறம்தான் நாம பாறையை விட்டு எறங்கணும். வாயில இந்தத் தூள் இருந்தா பயமில்லாம இருக்கலாம்.’

‘என் பின்னாடி நின்னுக்க. இந்தா இந்தக் குச்சியை கையில வச்சிக்க. பயப்படாதே. வெளியே விட்டவுடனே அது சீறும். நேருக்கு நேர பார்க்காதே. பயப்படாதே. நானும் இருப்பேன். இத அந்தப் புதர்ல விட்டுட்டா போதும். சர்ர்ர்ருனு போயிடும்.’

‘நீ இருக்கும்போது எனக்கேன் பயம்’ - என்றேன்.

செங்கண்ணா மூட்டையை அவிழ்த்தான். மிக மிக எச்சரிக்கை யாகத் தடவித்தடவி அதன் தலையை பைக்குள் கை விடாமலேயே பிடித்துக் கொண்டான். கருநாகம் கோபத்தில் துள்ளியது. நேற்று அதனைப் பார்த்தபோதும், அதனைப் பிடித்தபோதும் வராத அச்சம் இப்போது என்னைத் தாக்கியது. சிலுசிலுவென்ற அந்தக் காலைப் பனியிலும் உடல் வியர்த்தது. வாலைப்பிடித்து இழுத்தான், வரவில்லை. பலம் கொண்ட மட்டும் அது பைக்குள்ளேயே சுருட்டிக் கொண்டது.

‘ரொம்ப ரோஷக்காரனாத்தான் இருக்கான்.’

அவன் சிரித்தான். எனக்குச் சிரிப்பு வரவில்லை. துணிப்பைக்குள் அதன் தலையை வெளியிலிருந்தே இழுக்காமல் வாகாகப் பிடித்தபடி அதன் உடலை பையைவிட்டு தலைகீழாகக் கொட்டுவது போலச் செய்தான். அதன் முழு உடல் வெளியே ஓர் ஆள் உயரத்தில் கன்னங்கரேலென்று நெளிந்தது. அதன் தலை மட்டும் செங்கண்ணன் பிடியில் இருந்தது.

தலையைப் பிடித்தவாறே அப்படியும் இப்படியும் ஆட்டிய படியே இன்னொரு கையால் பையின் முனையைப் பிடித்துக் கொண்டு சட்டென்று பலம் கொண்ட மட்டும் தூர வீசினான். நச்சென்று அது புதருக்குள் விழுந்த சத்தம் கேட்டது. புதரி லிருந்து பெரிய சைஸ் ஓணான் மளமளவென்று மரத்தில் ஏறியது.

‘விழுந்த அதிர்ச்சியில அது நகர கொஞ்ச நேரமாகும். அந்தப் பக்கமா பார்த்து எறங்கு நாம போகலாம்.’

காட்டின் எல்லை முடியும்வரை வாயிலுள்ளதைத் துப்ப வேண்டாம் என்றான். நான் துப்பவில்லை.

'இது மாதிரியான, துஷ்ட ஜந்துவை பார்த்தா பிடிச்சி வேற எடத்துல விட்டுருவோம். ஏன்னா அடிக்கடி நாம புழங்குற எடத்துல இதுங்களால தொந்தரவு வரலாம். அதான் நேத்து பிடிச்சி ரொம்ப தொலைவா வந்து இங்க விட்டேன். ஏன்னா இங்க சின்ன சாதிப் பாம்புங்க அதிகம். அதுங்கதான் இதுக்கு தீனி. எலியும் இங்க இருக்கு,' என்றான் செங்கண்ணன்.

நகரத்து வாழ்க்கையில் நடந்து போகும் மனிதனுக்கு வாகன வண்டிகளால் எப்பொழுதும் ஆபத்துதான். எந்த நேரம் என்ன நிகழும் என்று சொல்லமுடியாது. காட்டிலும் அப்படித்தான். எந்த நேரம் என்ன நிகழுமோ, புதிய அபாயம் எந்த உருவில் வருமோ தெரியாது. இவ்வாறு நினைத்தபடியே குறுக்கு வழியில் நடந்து கொண்டிருந்தோம்.

'என்ன மாதிரி நோய்க்கெல்லாம் தொட்டண்ணா மருந்து தரார்?'

பெரிய பெரிய நோய்க்குக்கூட மருந்து தரார். அவங்க அப்பாரு அதான் எங்க தாத்தன் அந்தக் காலத்துல வெள்ளைக்காரனுங் களுக்கும் வைத்தியம் பார்த்தவரு. நாங்களா போயி யாரையும் பார்க்க மாட்டோம். தேடிட்டு வருவாங்க. அப்படி வர்றவங் களுக்கு மருந்து தர்றோம்.'

'நா ஒரு மூணு தடவை தொட்டண்ணாவைப் பார்க்க வந்தேன். அப்ப எனக்கு எதைச் சாப்பிட்டாலும் தீராத வலி வரும். வயிற்றுக்குள்ள பிசையறா மாதிரி இருக்கும். தொட்டண்ணா கிட்டதான் சொன்னேன். செகப்பா இனிப்பா ஒரு மருந்து தந்தாரு. ரெண்டு தடவை மட்டும்தான் குடிச்சேன். சரியாயிடுச்சி. எனக்கே ஆச்சரியமா இருந்தது.'

'அதுவா, செம்மரச் சாறு சாமி, தேன். இன்னுங் கொஞ்ச பச்சிலை எல்லாங் கலந்து வயத்துப்புண்ணுக்குத் தந்திருப்பாரு. ரொம்ப நல்ல மருந்து.'

பேசிக்கொண்டே மெயின் ரோடுக்கு வந்துவிட்டோம்.

'சரி, மைசூர்ல உங்களுக்கு என்ன வேலை?' என்றேன்.

'சர்க்கரை, டீத்தூள், கொழந்தைங்களுக்கு பலகாரம், மருந்துக்கு சோம்பு, லவங்கம், வெல்லம் எல்லாம் வாங்கிட்டுப் போவேன். கூடலூர் போனாலும் வாங்கலாம். அது கொஞ்சம் தூரம். அதான்

பார்க்க வர்றவங்க யாராவது, வண்டி கொணாந்தா ஏறி இப்படி வந்து எறங்கிடுவேன்.'

'செங்கண்ணா ஒண்ணு கேட்பேன், தப்பா எடுக்கக் கூடாது.'

'அட! கேளய்யா.'

'நாகரத்தினக் கல் உண்மையிலேயே இருக்கா? நீ பார்த் திருக்கியா?'

ஒருவிதமான கேலிச் சிரிப்பு வெளிப்பட்டது செங்கண்ணாவிடம் இருந்து.

'எங்க, தாத்தனுங்களும் பார்க்கலே நாங்களும் பார்க்கலே. பாம்போடவே வாழறோம். பலபேரு கேப்பாங்க. சிரிப்புத்தான் வரும். அது இருந்தா பணமா கொட்டும்பாங்க. அடப் போங்க சாமி, மனுசன் வாய்க்குக் கட்டு கிடையாது. எத வேணாலும் சொல்லும். அதை நம்பாதீங்க சாமி.' - வழியில் டீக்கடையில் டீ குடித்தபின் செங்கண்ணனுக்கு பீடிக் கட்டு ஒன்றும் தீப்பெட்டி யும் வாங்கித் தந்தேன்.

டவுன் பஸ் வந்தது. செங்கண்ணன் அதில் ஏறிக்கொண்டான். நான் எதிர்த்திசையில் நடந்தேன்.

பஸ்ஸின் பக்கவாட்டிலிருந்து செங்கண்ணன் கையசைப்பது தெரிந்தது.'

2
அதிசயப் பிறவிகள்

இப்போது நாம் ஒருவரை பார்க்கும்போது இவர் இன்ன ஊர்க்காரர் என்போம். ஆனால், முந்தைய காலங்களில் வாழ்ந்த மக்களைக் குறிப்பிட குறிஞ்சி நிலத்தவர், முல்லை நிலத்தவர், மருத நிலத்தவர், நெய்தல் நிலத்தவர், பாலையைச் சேர்ந்தவர் என்று அழைப்பார்கள்.

மலையும் மலை சார்ந்த நிலமும் குறிஞ்சி எனப் படும். முல்லை நிலம், காடும் நிலமும் கலந்ததாக இருக்கும். மருதம் முழுதாக விளைச்சலுக்கான சமநிலம். நெய்தல் கடலையொட்டியுள்ள நிலப் பகுதி. இங்கு மீன் பிடித்தல், மீன் உலர்த்தல், உப்புக் காய்ச்சுதல் போன்ற தொழில்கள் நடைபெறும். இந்த நான்கு நிலப்பகுதிகளுக்கும் ஆதாரமாக விளங்குவது நீர். நீர்வளம் குறையும்போது, பாலை என்னும் வறண்ட நிலை உருவாகும். மணற் பாங்கான விளைச்சல் இல்லாத வறண்ட நிலையில் வளரும் தாவரம் உள்ள பகுதி பாலை.

தமிழகத்தில் பலவித இனமக்கள் வாழ்ந்து வருகி றார்கள். இங்குள்ளவர்கள் பேசுவது தமிழ்தான் என்றபோதும், ஒவ்வொரு பகுதியிலும் பேச்சு வழக்கு சற்று மாறுபடுகிறது. கடைச்சங்கத்துக்கு

முன்பு இருந்த திருப்பரங்குன்றத்தில் நடந்த தமிழ்ச் சங்கத்தில் அதன் உறுப்பினராக வீற்றிருந்த முடிநாக அரையர் எனும் புலவர், தமிழகத்தில் மொத்தம் பதினெட்டு விதமான குடிமக்கள் வாழ்ந்திருந்ததாகப் பதிவு செய்துள்ளார். அதே கோயிலில் தொண்டை மண்டலத்தில் வாழ்ந்த மக்கள் பற்றிய கல்வெட்டும் உள்ளது.

இதோ பட்டியல். 1. சேரர், 2. சோழர், 3. பாண்டியர், 4. ஒளியர், 5. நாகர், 6. பல்லவர், 7. கொங்கர், 8. துறவர், 9. கார்காத்தார், 10. தொண்டை நாட்டார், 11. குறவர், 12. ஆயர், 13. வேடர், 14. பரதவர், 15. மருதநில மள்ளர், 16. கள்ளர், 17. மறவர், 18. அகம்படியர்.

தொழில் பெயரால் அந்த இனக்குழுவைச் சேர்ந்தவர்கள் அழைக்கப்பட்டனர். அடையாளப்படுத்தப்பட்டனர். இவர்களில் குறவர் மற்றும் வேடர் என்கிற இனக்குழுவைச் சேர்ந்தவர்கள் இருளர்கள்.

இருளர் இன மக்கள் நீலகிரி மலைத்தொடர், கூடலூர், கோவை மலைப்பகுதிகள், திருச்சி, சேலம் ஆகிய பகுதிகளில் அதிக அளவில் வாழ்கின்றனர். செங்கற்பட்டு, தாம்பரம், மேனாம்பேடு, திருவாலங்காடு, பொன்னேரி முதலிய இடங்களில் பெருமளவு இருக்கின்றனர். பிற இடங்களில் சிறு சிறு குழுவாகவும் வாழ்கின்றனர். கர்நாடகத்தில் குடகு மலைப்பகுதி, தர்மபுரி, கிருஷ்ணகிரி கர்நாடக எல்லைகளிலும், கேரளத்தில் பாலக்காடு, மூணாறு மற்றும் மலை சார்ந்த பகுதிகளிலும் பெருமளவு வாழ்கின்றனர்.

முந்நூறு ஆண்டுகளுக்கு முன்புவரை இருளர்கள் மேற்குத் தொடர்ச்சி மலையின் தொடக்கம் முதல் அதன் இறுதி எல்லை வரை மட்டுமே பரவி வாழ்ந்து வந்தனர். அடர்ந்த காட்டுக்குள் நிலங்களை சமப்படுத்தி குழு குழுவாக ஈடுபட்டு, தினைப் பயிர்கள், சோளம், சாமை, கேழ்வரகு, மூலிகைச் செடிகளை வளர்த்தனர்.

★

இருளர் என்ற பெயர் இவர்களுக்குத் தொடக்கத்தில் இல்லை. புதிய இடங்களில் வாழ்ந்திடாமல் இருண்ட, அடர்ந்த காட்டுக்குள் சென்று வாழ முற்பட்டதால், அந்த இன மக்கள் இருளர்கள் என்று அழைக்கப்பட்டனர். வேடர் என்பதே

இவர்களுக்குத் தமிழ்நிலம் வழங்கிய பெயர். காலப்போக்கில் வெவ்வேறு பெயர்கள் இவர்களுக்கு வழங்கப்பட்டன. அதன்படி காடர் என்றும் முதுவன் என்றும் இவர்கள் அழைக்கப் பட்டனர். பின்னர் வில்லியன், வெல்லியன் மலநாடு இருளர், மலைதேச இருளர், வேட்டக்கார இருளர், ஊராளி இருளர் என்றெல்லாம் இவர்கள் அழைக்கப்பட்டனர்.

இருளர் என்ற சொல்லுக்குப் பல விளக்கங்கள் கூறப்படுகின்றன. இருளடர்ந்த காடுகளில் இவர்கள் வாழ்வதால் இருளர் என்கிற பெயர் வந்திருக்கும் என்கிறார்கள் சிலர். இருளுக்கு ஒப்பான கறுத்த மேனி நிறம் கொண்டதால் இவர்களுக்கு அந்தப் பெயர் வந்திருக்கும் என்கிறார்கள் வேறு சிலர். மேற்காணும் விளக்கத்தைத்தான் மானுடவியல் ஆய்வாளர் எட்கர் தர்ஸ்டனும் அளிக்கிறார்.

ஆனால் ஒன்று மட்டும் நிச்சயம். இருள் என்பது இவர்கள் பெயரில் மட்டும்தான் நிறைந்திருக்கிறது. இருளர்களின் வாழ்க்கை, கலாசாரம், பண்பாடு, கலை அனைத்தும் வண்ண மயமானது.

இருளர்களின் தொடக்கக்கால வரலாறு, சங்க காலத்துக்கு முன்பே ஆரம்பித்துவிடுகிறது. மூவேந்தர்கள் ஆட்சிக்காலத்தில் இருளர்கள் வாழ்ந்திருக்கிறார்கள். பல சிற்றரசுகள் உருவான போதும் இவர்கள் மாறாமல் இருந்து வந்தனர். பிரெஞ்சு, டச்சு, பிரிட்டானியர்கள், முகலாயர்கள் என்று ஆட்சிகள் அவ்வப் போது மாறிக்கொண்டே இருந்தாலும் இருளர்களின் வாழ்க்கை நிலையில் அதிக மாற்றங்கள் இல்லை.

பொதுவாக, அன்று தொடங்கி இன்றுவரை இருளர்களின் பழக்க வழக்கங்கள் மாறாமல் அப்படியே தொடர்ந்துகொண்டிருக்கின் றன. ஒரு சிலர் மட்டும் விலகி, நகரவாழ்வில் கலந்துவிட்டனர். இதர சமூகத்துடன் கலந்துவிட்டனர். ஆனாலும் தங்களது அடை யாளத்தை இவர்கள் இழந்துவிடவில்லை. ஆயிரம் சிரமங்களுக்கு இடையிலும் தங்களது பழக்கவழக்கங்களைத் தக்கவைத்துக் கொண்டுள்ளனர். நவீன வாழ்க்கை நிலை இவர்களை கடுகளவும் மாற்றிவிடவில்லை. ஆச்சரியம்தான். இல்லையா?

நீங்கள் யார் என்று இருளர் ஒருவரைக் கேட்டால், நான் மரத்தின் குழந்தை என்பார் அவர். இருளர்களின் தீர்மானமான நம்பிக்கை

அது. ஆமாம். மரங்களில் இருந்து பிறந்தவர்கள் நாங்கள். அதனை இருள் மரம் என்று சிலர் அழைக்கிறார்கள். உறுதியான மரம் என்று தாவரவியலாளர்களால் அடையாளம் காணப்பட்ட மரம் அது. Iron wood of ceylon. மெசுவா ஃபெர்ரியா என்பது அதன் தாவரப் பெயர்.

மரத்திலிருந்து ஒரு மனிதர் பிறக்க இயலுமா? பிறக்க இயலாது தான். ஆனால், உலகிலுள்ள பல்வேறு மனிதக் குழுக்கள் இதுபோன்ற நம்பிக்கைகளைப் பெற்றிருந்தனர். குறிப்பிட்ட விலங்கின் அல்லது தாவரத்தின் அல்லது பறவையின் இனமாகத் தங்களை அவர்கள் குறிப்பிட்டுக்கொண்டார்கள். இது அவர்களுக்கான ஓர் அடையாளம். குறிப்பிட்ட விலங்கின் வழித் தோன்றல்கள் அனைவரும் ஒரே இனத்தைச் சார்ந்தவர்களாகக் கருதப்படுவார்கள்.

மரபுகள், கோத்திரம், குலங்கள்போல் இது ஓர் அடையாளம். ஒவ்வொரு குலத்துக்கும் ஓர் அடையாளம் இருக்கும். இன்று டி.என்.ஏ.வைக்கொண்டு அடையாளப்படுத்துவதைப் போல.

நாங்கள் யார்? நாங்கள் எவ்வாறு இந்த உலகில் தோன்றினோம்? எங்கள் தோற்றத்துக்கு யார் காரணம்? இந்தக் கேள்விகளுக்கு விடையளிக்க மனித சமூகங்கள் குலச் சின்னங்களைக் கண்டுபிடித்தன. ஏதாவதொரு விலங்கின் அல்லது பறவையின் அல்லது தாவரத்தின் பிள்ளைகள் என்று சொல்லிக்கொள்வது அவர்களுக்குத் திருப்தியளிப்பதாக இருந்தது. அத்தனை சந்தேகங்களுக்கும் விடை கண்டுபிடித்தது போலவும் இருந்தது. அதிகளவு குலச்சின்னமாக இடம் பெற்றவை விலங்குகள். அடுத்து பறவைகள். அதற்கடுத்து தாவரங்கள். பிறகு, இயற்கை அமைப்புகளான மலை, நிலவு, சூரியன் ஆகியவை.

இருளர்களின் அடையாளம் இருள்மரம். முல்லை மருத நிலங்களுக்கு இடையேயான வறண்ட நிலப்பகுதி பாலை. இங்கே விளையும் தாவரங்கள் அனைத்தின் பெயரிலும் பாலை என்ற பெயர் இடம்பெறும். இருள்மரம், முள்மகிழ், காட்டிருப்பை, உலக்கைப்பாலை, குடசப்பாலை, ஏழிலைப் பாலை, காட்டலரி, வெட்பாலை, கருடப்பாலை, கொடிப்பாலை ஆகிய தாவரங்கள் இருளர்களோடு தொடர்புள்ளதாக உள்ளன.

மாணிக்கவாசகரின் திருவாசகத்தில் மனிதர்களின் சமூகத்தைப் பற்றிக் குறிப்பிட தாவர சங்கமம் என்ற சொல் இடம் பெறுகிறது.

தாவரத்திலிருந்து உருவானதால் மனிதகுல சங்கமத்தை அவ்வாறு அவர் குறிப்பிட்டுள்ளார். ஆக இருளர்கள் தங்களை இருள் மரத்திலிருந்து உதித்தவர்கள் என்ற கூற்று மாணிக்கவாசகருக்குப் பயன்பட்டுள்ளது.

பின்னாள்களில் பழங்குடி இன மக்கள் பயன்படுத்திய குலச் சின்ன மரபு முறைகளை, ரிஷிகள் கோத்திரம் என்ற பெயரில் பயன்படுத்த ஆரம்பித்தனர். ஆமை வடமொழியில் காஸ்யபம் எனப்படும். அதைப் போன்றே, ஒரு பறவையை பரத்வாஜம் என்பர். பசுவை கோமாதா என்றும், ஆந்தையை குசிகம், தவளையை மண்டூகம், கிளியை தித்திரி, புல்லை தர்ப்பம் என்றும் அடையாளப்படுத்தும் குலச் சின்ன மரபு உள்ளது.

அத்துடன் பல்வேறு கிளைப்பிரிவுகளுக்கும் நாய், கரடி, மீன், குரங்கு, ஆடுகள், தாவரங்கள், விலங்குகள் பெயரால் வழங்கு கின்றனர். இதுபோன்ற அடையாளப்படுத்தும் மரபு - பழங்குடி முன்னோரின் வழித்தோன்றல்களாகப் பின்னவர்கள் இருக்க வேண்டும் என்ற கருத்தை உருவாக்குவதாகச் சமூகவியல் அறிஞர்கள் கூறுகின்றனர்.

சங்க இலக்கியங்களிலும் இதற்கான சான்றுகள் உள்ளன. மருத மரத்தை தங்கள் மரபுச் சின்னமாக ஏற்ற மருதனிள நாகனார், மருதங்கிழார் மகனார் போன்றோரை உதாரணமாகக் குறிப்பிடலாம். அவ்வாறே தாவரங்களை வழியாகக் கொண்டவர்களான குமிழி ஞாழலார், பாவைக் கொட்டியார் ஆகியவர்களைக் குறிக்கும் ஞாழல், கொட்டி இரண்டும் தாவர இனங்கள்.

கிளியை மரபுச் சின்னமாகக் கொண்டவர்களாக நக்கீரன், பொருந்தில் இளங்கீரனார், மோசி கீரனார் ஆகியோரைக் குறிப்பிடலாம். கீரன் என்றால் கிளியைக் கொண்டவர்கள். கடுவன்பூனையை மரபுச் சின்னமாகக் கொண்டவர் கடுவன் மள்ளனார். பிசிராந்தையார் என்றால் ஆந்தையைக் கொண்டவர் என்று பொருள்.

குறிப்பிட்ட மரபைச் சார்ந்தவர்கள் வாழ்ந்த கிராமங்கள் மற்றும் ஊர்களின் பெயர்களில் இந்த அடையாளங்கள் இருப்பதைக் காணலாம். உதாரணத்துக்குச் சில. தாழையூர், மருதங்குடி, மாங்குடி, கீரனூர், புளியங்குடி மற்றும் புலியூர்.

இருளர்களை அரை நாடோடிகள் என்று அழைக்கலாம். காரணம், இவர்கள் தங்கள் குடியிருப்புகளை அடிக்கடி மாற்றிக்கொண்டிருப்பார்கள். உதாரணத்துக்கு உணவு சரிவர கிடைக்காத நிலையில் இருப்பிடத்தை மாற்றுவார்கள். அதே போல், மூலிகைகள் கிடைக்காவிட்டாலும் இடப்பெயர்ச்சி செய்வார்கள்.

மூலிகைகள் சேகரிக்கும் வழக்கம் சங்க காலத்துக்கு முன்பிருந்தே இருளர்களிடம் இருந்திருக்கிறது. நம் நாட்டிலிருந்து ஏற்றுமதி யாகும் மூலிகைகளைச் சேகரிப்பதில் இவர்கள் முதன்மை யானவர்கள். இன்றும் இதே நிலைதான். அடர்ந்த காடுகள், மலைகள், மூலிகை வளமிக்க இடங்கள் எங்கெல்லாம் உண்டோ அங்கெல்லாம் இவர்கள் வசிப்பார்கள்.

நகரப் பகுதிகளோடு இவர்கள் தொடர்பு கொண்டிருந்தாலும் இதர சமூகத்துக் குழந்தைகள் பெறும் கல்வியைப் பெறுவதில் இவர்கள் பின்தங்கியே உள்ளனர். ஒருவேளை பள்ளியில் சேர்ந்தாலும் இடையில் படிப்பைக் கைவிடும் வழக்கம் இவர்களிடம் மிக அதிகம். இவர்களுக்கென்றே சிறப்பான பள்ளிகள் இருப்பினும் பள்ளிக் கல்வியை இவர்கள் விரும்புவதில்லை. கட்டுப்பாடுகள் எந்த வடிவத்தில் வந்தாலும் அதை இவர்கள் விரும்பியதில்லை என்பதே காரணம்.

ஆசிரியர்கள் நிறையப் பிரயத்தனம் செய்து பார்த்துவிட்டார்கள். இருளர்களின் இருப்பிடங்களுக்கே சென்று அவர்களுடன் பேசியிருக்கிறார்கள். கல்வியின் மகத்துவத்தை உணர்த்தியிருக் கிறார்கள். குழந்தைகளுக்கு வேண்டிய சீருடைகள், பாடப் புத்தகம் அனைத்தையும் கொடுத்தும் பார்த்துவிட்டார்கள். சரி அனுப்பிவைக்கிறோம் என்று பதிலுக்கு உறுதிமொழி கொடுப் பார்கள் இருளர்கள். சில நாள்கள் குழந்தைகள் ஒழுங்காகப் பள்ளிக்குப் போய் வருவார்கள். திடீரென்று காணாமல் போய்விடுவார்கள். எங்கே என்று தேடிப்போனால் ஏதாவதொரு காட்டுப் பகுதியில் மரமேறி அணில் பிடிப்பதிலும், மூலிகை, கிழங்கு சேகரிப்பதிலும் ஆர்வமாக ஈடுபட்டுக்கொண்டிருப் பார்கள்.

நகர மனிதரைப்போல எப்பொழுதும் சீரியசாக யோசித்துக் கொண்டு, தேவையற்ற மன உளைச்சலுக்கு ஆளாகாதவர்கள் இருளர்கள். அவர்கள் அதிகம் விரும்புவது சுதந்தரத்தை மட்டுமே.

ஆகையால், பிறர் உத்தரவிட்டுச் சொல்லும் வேலை அவர்களுக்கு உடன்பாடில்லாதது. இந்தாப்பா இங்கே வா, இதைச் செய், அதைச் செய், ஏன் இன்னிக்கு லேட் என்றெல்லாம் இவர்களை நிற்கவைத்து கேள்வி கேட்கமுடியாது. அப்படிப்பட்ட சூழல்களில் இவர்கள் பணியாற்றவும் மாட்டார்கள்.

பிறரைச் சாராமல் தனித்து இயங்குவதை இருளர்கள் விரும்புவார்கள். சொந்தமாகக் கேழ்வரகு, சோளம், நெல் இதர பயிர்வகைகளைப் பயிரிடுவார்கள். வயல் வேலை இல்லாத நாள்களில் ஏரியில் மீன் பிடிப்பது, நத்தை, நண்டு சேகரிப்பது, தேனடையைத் தேடி காட்டுக்குள் செல்வது, ஊருக்குள் புகுந்துவிட்ட பாம்பைப் பிடிப்பது என்று பொழுதைக் கழிப்பார்கள். இவர்கள் ஊரின் ஒதுக்குப்புறமாக வாழ்ந்தாலும் ஊருக்குள்ளே தாராளமாக எல்லோர் வீட்டிலும் இவர்களை அனுமதிப்பார்கள். இவர்கள் விஷயத்தில் தீண்டாமை இல்லை.

பகலெல்லாம் காடு, மேடு, வயல் வரப்பு என திரிந்து களைத்துப் போய் வீடு திரும்புவார்கள். நன்றாகச் சாப்பிடுவார்கள். பிறகு தப்பை, தட்டுகளில் தாளமிட்டபடி பாட்டுப் பாடி மகிழ்வார்கள். இசை, பாடல் என்றால் நேரம் காலம் போவதே தெரியாது. இரவு தாண்டி விடியற்காலை வரையில் கூட பாடிக்கொண்டே இருப்பார்கள்.

எப்பொழுதும் காட்டுப் பகுதிகளில் சுற்றிக்கொண்டிருக்கும் இவர்களுக்கு, விலங்குகளால் ஆபத்து எதுவும் நிகழாதா? தொற்று வியாதிகள் தீண்டாதா? எலி, அணில் என்று விதவிதமாக ருசிக்கும் இவர்களுக்கு வயிற்று வலி, தலைவலி, காய்ச்சல் எதுவும் ஏற்படாதா?

ஆச்சரியம் ஆனால் உண்மை. இருளர்களை நோய்கள் அணுகு வதில்லை. அதேசமயம், கடுமையான நோய் கண்டால் மீள்வது கடினமாகி மரணம் சம்பவிப்பதும் உண்டு. இந்த மரணங்களும் கூட பாம்புகளாலோ விலங்குகளாலோ ஏற்படுவது கிடையாது. சத்துக் குறைபாட்டால் நிகழும் மரணங்கள் அவை. தவிரவும், நோய்களைப் பற்றிய போதிய விழிப்புணர்வு அவர்களிடம் இல்லை.

தமிழகத்தில் மூவேந்தர் ஆண்ட காலத்தில் காடுகளை அழித்து நகரங்கள் உருவாக்கப்பட்டன. அப்போது இருளர்கள் காட்டுப்

பகுதியில் உள்ள விஷத்தன்மையுள்ள பாம்புகளை அகற்ற பெரிதும் உதவினார்கள். நகரங்களுக்குள் காலடி எடுத்து வைத்த இருளர்களில் சிலர் அங்கேயே தங்கிவிட்டனர். இருளர்கள் பிரதானமாக இருந்த இந்தப் பகுதிகள், நாளடைவில் அவர்கள் பெயரிலேயே அழைக்கப்பட்டன. வில்லியனூர், வில்லி வாக்கம், வேடன்புதூர், வேடன்தாங்கல், வேடர் பாளையம் போன்றவை அப்படி உருவானவைதான்.

அயல்நாட்டுத் தமிழ் ஆய்வாளரும் அறிஞருமான, உலகத் தமிழ் ஆய்வு நிறுவனம் தோன்ற காரணமானவர்களில் ஒருவருமான டாக்டர் கமில் ஸ்வலபில் (K.V. Zvelebil), கோயன்கோவன் எனும் வழக்கில் இருந்த கோயன் - கோவன் பேரூரே பின்னாளில் கோயன்புத்தூராகி கோயமுத்தூராக மாறியதாகக் கருத்துத் தெரிவிக்கிறார். ஏனெனில், இருளர்கள் தாங்கள் வசிக்கும் பகுதியை பேரூர் என்று அழைக்கும் வழக்கம் கொண்டிருந்தனர். ஆகவே, கோயன் பேரூர் என்னும் பெயரில் இவர்கள் ஆண்ட தொன்மையான மலைசூழ்ந்த ஊரே இன்று கோயமுத்தூராக வழங்கப்பட்டிருக்கவேண்டும் என்கிறார்கள்.

மலைகள் குன்றுகள் இருந்த பகுதிகள் குறிஞ்சி நிலம் என அழைக்கப்பட்டதைப் போன்றே இங்குள்ள ஊர்ப்பகுதிகளை பிற இனக்குழுக்கள் குறிஞ்சி என்றும் சிறுகுடி என்றும் அழைத்தனர். இங்குள்ள இருளரை இறவுளர் என்றும் குறவர் என்றும் குன்றவர் என்றும் அழைத்துள்ளனர்.

மருத நிலத்து வயல்வெளி உழுதலுக்கும், மலை நிலத்தில் இருளர்கள் மேற்கொண்ட உழுதலுக்கும் பெருத்த வேறுபாடு உண்டு. இருளர்கள் கலப்பையால் நிலத்தை உழ மாட்டார்கள். மண்வெட்டியால் சிறிது சிறிதாகக் கொத்தியே நிலத்தைப் பண்படுத்துவர். இந்த நிலங்களில்தான் பயிர் செய்வர்.

★

கறுத்தமேனி. உரம் வாய்ந்த கைகள். எப்போது வேண்டு மானாலும் நெகிழ்ந்து விழலாம் என்ற நிலையில் இடுப்பில் ஊசலாடிக்கொண்டிருக்கும் ஒரு வேட்டித் துண்டு. வாயில் புகை கக்கும் பீடி. குழி விழுந்த கண்கள். பார்வையில் துல்லியம். தோளிலே ஒரு தொங்கு பை. கையில் நீளமான கழி. முனை ஆங்கில Y எழுத்து போல் தோற்றமளிக்கும். பேசும்போது

கடைசிச் சொல்லை மட்டும் இழுத்து இழுத்து பேசும் லாகவம். எந்தக் கட்டுப்பாட்டுக்கும் உட்படாத சுதந்தரமான மனோநிலை. இருளர்கள் தனியொரு பிறவிகள்.

பொதுவாக அடர்ந்த காட்டுப் பகுதியில்தான், இருளர்களின் குடியிருப்புகள் அமைந்திருக்கும். அல்லது ஊரின் ஒதுக்குப் புறத்தில். நீர்நிலைகள் இருக்கும் பகுதியை விரும்பித் தேர்ந்தெடுப்பார்கள். மனிதர்கள் தங்கள் வாழ்வைத் தொடங்கியது நதிக்கரையில்தான் என்பதை இங்கே நினைவுப்படுத்திக் கொள்ளலாம்.

3
விஷம் நல்லது!

பாம்பு. பார்க்க வேண்டாம், பெயரை வெறுமனே உச்சரித்தாலே நடுக்கம் பிறந்துவிடும் அனைவருக்கும். பார்த்துவிட்டால்? அடித்துப் பிடித்துக் கொண்டு ஓட்டம் எடுப்பார்கள். துணிவுள்ள சிலர் கல், தடிகளைக் கொண்டு தாக்க முயல்வார்கள். அது என்ன வகை பாம்பு, விஷமுள்ளதா அல்லது விஷமற்ற பாம்பா என்று இனம் காண அவர்களுக்குத் தெரியாது. பாம்பைப் பார்த்தால் அடி என்று மட்டுமே அவர்கள் புரிந்துவைத்திருப்பார்கள். அல்லது பாய்ந்து ஓடு என்று.

அடர்ந்த காடு. வறண்ட பாலைநிலம். எப்போது என்ன நடக்கும் என்று தெரியாது. புதிய சூழ்நிலைகளுக்கு ஏற்றாற்போல் தகவமைத்துக்கொள்ள வேண்டும். மற்றவர்களைப்போல் கான்க்ரீட் வீடுகளில் கதவைத் தாழிட்டு டி.வி சீரியல் பார்த்தபடி பொழுதை ஓட்ட முடியாது. முள் காட்டில், புதரில் பாய்ந்து பதுங்கி வாழ்ந்தாகவேண்டும். கொடிய விலங்குகளிடமிருந்து தப்பிக்கவேண்டும்.

சூழ்நிலைதான் பழக்க வழக்கங்களைத் தீர்மானிக்கிறது. ஐயோ பல்லி என்று பயந்து அலறுபவர்கள் வாழும் அதே பூமியில்தான், ஒரு கையில்

கருநாகத்தைத் தலைகீழாகத் தொங்கவிட்டபடி மற்றொரு கையால் பீடி புகைத்துக்கொண்டிருக்கிறார்கள் இருளர்கள். அது அவர்களுடைய வாழ்க்கை முறை. பூஞ்சையாக இருந்தால் பிழைக்க முடியாது. ஆகவே அவர்கள் தங்கள் சூழ்நிலையோடு ஒன்றிவிட்டார்கள்.

கொடிய விஷமுள்ள பாம்பை அகற்ற இருளர்களின் உதவி வேண்டும். பாம்பின் விஷம் வேண்டுமென்றால் இருளர்கள் வேண்டும். பாம்பு ஆராய்ச்சியா? தகவல்கள் வேண்டுமா? இருளர்களிடம் ஓட ஆராய்ச்சியாளர்களும் மருத்துவர்களும் கண்டுபிடிப்பாளர்களும் தயாராக இருக்கிறார்கள்.

இன்று உலகளவில் பாம்பினங்கள் பற்றிய நூல்கள், ஆய்வுகள் முதலானவை நூற்றுக்கணக்கில் வெளியாகின்றன. அதிலும் இந்திய அளவிலான பாம்பு இனம் தொடர்பான நூல்களிலும், ஆய்வுகளிலும் இருளரின் பங்களிப்பு கணிசமானது. ஆய்வாளர்கள் தங்கள் படைப்புகளில் தங்களை மாத்திரமே முன்னிலைப்படுத்திக் கொள்கின்றனரே தவிர, நிழலாக இருந்து உதவி செய்யும் இருளர்கள் பற்றிய தகவலை வெளியிடுவதில்லை. இதனால் குறிப்பிட்ட இனப் பாம்புகள் பற்றிய தகவல் தொகுப்பில் ஆய்வாளரே கண்டறிந்ததாகப் பதிவு செய்யப்படுகிறது. இது இருளர்கள் மீதான கருத்துச் சுரண்டலாகும்.

இந்த வேலை இன்றும் தொடர்கிறது. ஆனால், பாம்புகளைப் பற்றிய தெளிவான தகவல், அவற்றின் விஷத்தன்மை, எத்தனை அளவு விஷத்தை ஒரு பாம்பு கக்கும், அதன் சுவை என்ன, விஷத்தின் நிறம் என்ன, கடிபட்டவர் படும் துன்பம், அதற்கான முறையான சிகிச்சை முறைகள் என அனைத்தும் இங்கு ஏற்கெனவே சித்தர்களும் அவர்களுடன் இணைந்து இருளர்களும் வகுத்துள்ளனர். ஆனால், மூலிகை வாயிலாக விஷக் கடியைக் குணப்படுத்தமுடியும் என்பதற்கு ஆதாரம் எதுவும் இல்லை என்கிறது மேலை நாடு. முடிந்தால் என்னென்ன மூலிகைகள் பயன்படுத்துகிறார்கள், என்ன அளவு என்று அறிவிக்கச் சொல்லுங்கள் என்கிறார்கள்.

இருளர்கள் இந்தத் தகவல்களை வெளியிட விரும்பவில்லை. மூலிகைகளால் விஷக்கடியைக் குணப்படுத்தமுடியும். அதைத்தான் நாங்கள் தொடர்ந்து செய்துவருகிறோம். ஆனால்,

நீங்கள் கேட்கும் விவரங்களை எங்களால் தொகுத்துத்தர முடியாது. இது மக்கள் மருத்துவம். எந்தவித விஷக்கடி சிகிச்சைக்கும் மூலிகை வேர் உண்டு, இலை உண்டு, கிழங்கும் உண்டு. ஒவ்வொன்றின் பெயரையும் உங்கள் கணித அறிவியல் அறிவுக்கு எட்டும் வகையில் விளக்கிக் கூறிக்கொண்டிருக்க இயலாது.

★

பாம்பு எங்கே மறைந்திருந்தாலும் சரி. புதருக்குள் இருக்கலாம். ஏதோ ஒரு வளைவில் பதுங்கியிருக்கலாம். கண்ணால் அந்த பாம்பைப் பார்க்காமலேயே அது எந்த இனம் என்று கூறும் ஆற்றல் இருளர்களுக்கு உண்டு.

எப்படி? ஒவ்வொரு பாம்பின் உடல் மீதும் படர்ந்துள்ள மணத்தை அவர்கள் நன்கு அறிந்துள்ளார்கள். நன்றாக முகர்ந்து வாசனைப் பிடித்தால் போதும். 'அட, இது இன்ன இனம்' என்று அறிவித்துவிடுவார்கள். மரமேறும் பச்சைப் பாம்புக்கு ஒரு வாசனை, சாரைப் பாம்புக்கு ஒரு வாசனை, மலைப் பாம்புக்கு ஒரு வாசனை, கருநாகத்துக்கு ஒரு வாசனை, நல்ல பாம்புக்கு ஒரு வாசனை.

எடுத்துக்காட்டாக, நல்ல பாம்பின் வாசம் எப்படி இருக்கும் தெரியுமா? ஊறவைத்த உளுத்தம் பருப்பின் பசுமையான வாசம் போல் இருக்கும். நல்ல பாம்பு மட்டுமல்ல. நல்ல பாம்பு வசிக்கும் புற்றுக்கு அருகில் போனாலே போதும். குறிப்பிட்ட புற்றில் வசிக்கும் குறிப்பிட்ட பாம்பு எந்த வகை என்று சொல்லிவிடுவார்கள் இருளர்கள். மொத்தத்தில், எந்தப் புற்றில் எந்தப் பாம்பு இருக்கிறது என்பதை இருளர்களால் மட்டுமே சரியாகக் கண்டறிய முடியும்.

வாசனை பிடித்தால் போதுமா? பாம்பைப் பிடிக்கவேண்டாமா? அடுத்து அதுதான். முதலில் தற்காப்பு. வேட்டியின் முடிச்சில் பத்திரப்படுத்தி வைத்திருக்கும் பச்சிலையை அல்லது வேரை எடுத்து வாயில் அடக்கிக்கொள்வார்கள். இனி கவலை இல்லை. பாம்பைப் பிடித்துவிடவேண்டியதுதான்.

தேவை ஒரு கழி மட்டுமே. பொந்துக்குள் கழியைச் செலுத்தி பாம்பை வெளியில் கொண்டுவர முயற்சி செய்வார்கள். முடியவில்லையா? கவலை வேண்டாம். கையை உள்ளே

விட்டுவிடவேண்டியதுதான். தலையோ வாலோ. எது அகப்படுகிறதோ அதைப் பிடித்துக்கொள்வது. அத்தனை லாகவம். அத்தனை தேர்ச்சி. இருளரிடம் சிக்கிய பாம்பு ராஜநாகமாக இருந்தாலும் பெட்டிப் பாம்பாக அடங்கிவிடும்.

சில சமயங்களில் பாம்பு அவர்களைக் கொத்திவிடுவதுண்டு. மற்றவர்களை பாம்புகள் கடித்தாலும், கொத்தினாலும் பயத்தில் இதய ரத்த ஓட்டம் அதிகரித்து படபடப்பாகி பாம்பின் விஷம் உடலில் வேகமாகப் பரவ ஆரம்பித்துவிடும். ஆனால், இருளர்கள் பாம்பு கடித்தாலும் பதற்றம் அடையமாட்டார்கள். இதன் மூலம் விஷம் உடலில் வேகமாகக் கலப்பதை தடுத்து விடுவார்கள். தவிரவும், கடிபட்டவுடன் என்ன செய்ய வேண்டும் என்ற தெளிவு இருளர்களுக்கு உண்டு.

சிறிதும் பதற்றமின்றி கிடைக்கும் மூலிகைகளைப் பயன் படுத்தியும், தனிப்பட்ட முறையில் தயாரித்து வைத்துள்ள மருந்துகளைப் பயன்படுத்தியும் குணமடைந்துவிடுகிறார்கள். தலைவலிக்குக் களிம்பு தடவுவதைப்போல, கடிபட்ட இடத்தில் கொஞ்சம்போல் மருந்து தடவிவிட்டு அடுத்த பாம்பைப் பிடிக்க கிளம்பிவிடுகிறார்கள்.

கொல்லன் கோவை என்றும் கொடிக்காக்கட்டான் என்ற பேரிலும், ஆகாச கருடன், ஆகாய புருடன் என்ற பெயரிலும் அழைக்கப்பட்டுவரும் ஒருவகைக் கிழங்கை துண்டு துண்டுகளாகச் சீவி அதனை நன்கு காயவைத்து பின்னர் இடித்து மாவாக்குவார்கள். (இந்தக் கிழங்கு மாவில் விஷத்தை முறித்து அதனை முடக்கும் மருந்துச் சத்து நிறைய உள்ளதாம்; stryehnos என்பது இதன் தாவரவியல் பெயர்).

தாங்கள் வளர்க்கும் நாய்களை ஏவியும் ஓடும் பாம்பைப் பிடிப்பதுண்டு. விஷமுள்ள உயிரினங்களை இவர்கள் வாழும் இடங்களில் அவ்வப்போது எதிர்கொள்வதால் சில முன்னேற் பாடுகளை முன்கூட்டியே செய்துகொள்வார்கள். நாங்கள் எதற்கும் தயார் என்பதுதான் இருளர்களின் தாரக மந்திரம்.

ஓர் அகன்ற சட்டியில் வேப்பெண்ணையைச் சூடாக்கி அது கொதிக்கும்போது, இந்தக் கிழங்கு மாவைக் கலந்துகொள் வார்கள். ஆறிய பின் அதனைச் சேமித்து வைத்துக் கொள்வார்கள். இந்த மருந்தை, தங்களைக் கடித்த பாம்பின்

விஷத் தன்மைக்கு ஏற்ப உண்பார்கள். சில நேரங்களில் பாம்பின் விஷம் இந்த மருந்தையும் மீறி அபாயம் விளைவிப்பதும் உண்டு. அப்போது கடிபட்டவரை மற்ற இருளர்கள் தரையில் துணி விரித்து அதன் மேல் வேப்பிலையைப் பரப்பி அதில் வறுத்த மணலைக் கொட்டி ஒரு முடிச்சாகக் கட்டி விஷக்கடிபட்டவரின் தலையில் சூடாக ஒற்றடம் தருவார்கள். விஷம் தலைப் பகுதியில் ஏறாமல் தடுக்கப்படும்.

இன்னும் ஒரு சிலர் பாம்பு கடித்ததும் புகையிலையை விரித்து அதில் மயில் இறகை வைத்து சுருட்டி புகைப்பார்கள். இதன் வாயிலாகவும் விஷம் இறங்கும் என்கின்றனர். இருளர் அல்லாத மக்களில் யாருக்காவது பாம்பு கடித்தால், இருளர்கள் அவர்களைக் காக்க முதலில் எட்டி மரப்பட்டையை நன்கு மையாக அரைத்து கடிபட்டவருக்குத் தருகிறார்கள். தொடர்ந்து மூன்று நாள்கள் இதனைத் தந்து விஷத்தை முறிக்கின்றனர்.

கடித்தது நல்ல பாம்பு என்று திட்டவட்டமாகத் தெரிந்தால், அவுரி இலையை மருந்தாக்கி கடிபட்டவருக்குத் தருகின்றனர். அதைப்போலவே பாம்பு கடித்தபோது பதியும் பல்லின் எண்ணிக்கைக்கு ஏற்ப கீழாநெல்லியுடன் மிளகை வைத்து அரைத்து மருந்து தருகின்றனர்.

பெரியா நங்கை எனும் மூலிகையையும் பாம்பின் விஷம் முறிய பயன்படுத்துகின்றனர். இருளர்கள் குணப்படுத்தும் முறை யைப் பார்த்து பலரும் அதை அப்படியே அடியொற்றி சிகிச்சை அளிக்க ஆரம்பித்திருக்கிறார்கள். எனினும், கடிபட்டவர்கள் இருளர்கள் வாயிலாகவே சிகிச்சை மேற்கொள்ள விரும்பு கின்றனர். ஆக, பாம்பு, பாம்புக்கடி, பாம்பின் விஷம் முதலானவைகளிலிருந்து பாதுகாக்க இருளர்கள்தான் சிறந்தவர்கள் என்ற கருத்து, நம் சமூகத்தில் ஆழமாகப் பதிந்துவிட்டது. இந்த நம்பிக்கை காலம்காலமாக இன்றும் கிராமங்களில் தொடர்கிறது.

ஏராளமான பாம்பினங்கள் தமிழகத்தில் இருந்தாலும் நல்ல பாம்பு, கிரைட் என்கிற விரியன் வகைப்பாம்பு, கட்டுவிரியன் முதலான பாம்புகளிடமிருந்து மட்டுமே பெரும்பாலும் விஷங்கள் சேகரிக்கப்படுகின்றது. இந்தப் பாம்புகள் பண்ணை களில் இருளரின் உதவியுடன் வளர்க்கப்படுகின்றன. பாம்பின் விஷத்தைக்கொண்டு தயாரிக்கப்படும் மருந்துகளே கடிபட்ட

பாம்பின் விஷத்தை முறிக்கும் மாற்றாகச் செயல்படுத்தப் படுகின்றன. விஷத்தைச் சேகரிக்கவும், பாம்புகளைப் பராமரிக்கும் பணிகளையும் இருளர்களே மேற்கொண்டுள்ளனர். கூட்டுறவு முறையில் இப்பணிகளை அவர்கள் செய்து வருகின்றனர்.

உலகம் முழுவதும் இந்த மருந்துகளின் தேவை அதிகமுள்ளதால், ஒவ்வொரு பாம்பிலிருந்தும் சேகரிக்கும் விஷம், மதிப்புமிக்க தாக உள்ளது. வேறு சில கொடிய நோய்களுக்கும் இந்த மருந்தைப் பயன்படுத்தலாமா என்பது குறித்து ஆய்வுகள் நடந்து வருகின்றன.

இத்தனைக்கும் பின்னால் இருக்கும் இருளர்கள் மீது அரசு கூடுதல் கவனம் செலுத்துவது நல்லது. அரசே இருளர்களின் கூட்டுறவு அமைப்புகளை நிறுவலாம். விஷம் சேகரிக்கும் பணிகளில் ஈடுபடுவோரை ஒரு குடையின் கீழ் ஒருங்கிணைக்கலாம். மருத்துவச் சேவை சார்ந்த சமூகப் பணியில் இருளர்களை நேரடியாகப் பயன்படுத்திக் கொள்ளலாம்.

காட்டிலேயே வாழும் இருளரின் மருத்துவ அனுபவத்தைப் பயன்படுத்திக் கொள்ள பலரும் முன்வருகின்றனர். இன்றும் சில தமிழகத்து கிராமங்களில், மலைகளில் இவர்கள் மருத்துவம் செய்கின்றனர். அவசர ஆபத்துக்கு இருளரின் மூலிகை மருத்துவம் கைகண்ட பலனளிக்கிறது. விஷக்கடி என்று மட்டுமல்ல, பல்வேறு வகையான நோய்களுக்கும் மூலிகை, பச்சிலை அறிவுமிக்க இருளர்களை விவரமுள்ளோர் பலரும் நாடி நலம் பெறுகின்றனர்.

பாம்புகளுடன் இருளர்களுக்குள்ள நெருங்கிய தொடர்பின் காரணமாக இந்தியாவிலேயே முதன்முதலாக இருளர்களின் உதவியால் சென்னையில் பாம்புப் பண்ணை அமைக்கப்பட்டது. இந்தப் பண்ணை தேசிய சிறுவர் பூங்காவுக்கு அருகில் அமைந்துள்ளது. தவிரவும், இருளர்களின் உதவியுடன் பாம்பின் விஷம் மருத்துவ உபயோகத்துக்காகச் சேகரிக்கப்படுகிறது.

இந்தியா பாம்புகளின் தேசம் என்று அழைக்கப்படுகிறது. பாம்பாட்டிகளின் நாடு என்றும் சொல்லப்படுகிறது. இந்த மதிப்பீட்டை முன்வைத்தவர்கள் ஆங்கிலேயர்கள். 1600 முதல் 1947 வரை இந்த மதிப்பீடு தொடர்ந்தது. இந்தியா என்றாலே

பாம்புகள் என்று ஆங்கிலேயர்கள் முடிவு செய்ததற்குக் காரணம், இருளர்கள். இருளர்கள் பற்றிய ஆங்கிலேயரின் பிரமிப்பு.

பாம்பை வைத்து வித்தை செய்பவர்கள் இருளர்களா? கிடையாது. இருளர்கள் வித்தை காட்டிப் பிழைப்பதில்லை. ஆனால், இருளர்களிடம் இருந்து பாம்பை வாங்கிச் செல்லும் சிலர், இவ்வாறு நடந்துகொள்வதுண்டு.

சுரைக்காயைப் பக்குவம் செய்து, அதன் கனத்த தோலில் மேலும் கீழும் வாகாகச் சிறிய புல்லாங் குழல்களைச் செருகி அதை பாம்பின் முன்பாக ஆட்டுவிப்பார்கள். இந்தக் கருவியே மகுடி எனப்படும். பாம்பு இதிலிருந்து வரும் இசைக்காக மயங்கி ஆடுவதில்லை. மேலும் கீழும் ஆடும் மகுடியின் திசையை எச்சரிக்கையோடு படமெடுத்து அசைவதையே இசைக்கு பாம்பு படமெடுத்து ஆடுவதாகக் கூறுவர்.

பாம்புகளால் மெல்லிய உணர்வுகளையும் உணர இயலும். மகுடியின் ஒலி எழுப்பும் மெல்லிய அதிர்வுகளையும் பாம்புகளால் உணர முடியும். பாம்புகளுக்குக் காதுகள் இல்லை. ஆனால், நீண்ட தொலைவில் வரும் உருவத்தையும் கூர்மையாகப் பார்க்கும் திறன் அதன் கண்களுக்கு உண்டு. மெல்லிய சருகு அசைந்தால்கூட பாம்பு தன் உடலால் அந்த அசைவை கண்டுபிடித்துவிடும்.

பாம்புகள் பல வகைப்படும். பாம்பின் விஷமும் பலவகைப் படும். அதே போல்தான் விஷங்களின் சுவையும். பாம்புகளின் மணமும் மாறுபட்டவை. உணவு முறைகள் மாறுபட்டவை. வெவ்வேறு இடங்களில் வசிக்ககக் கூடியவை. பாம்புகளைத் துல்லியமாக அறிந்தவர்கள் இருளர்கள்.

நாகப்பாம்பு பாம்பினங்களில் உயர்வானது என்று இருளர்கள் கருதுகிறார்கள். நாகம் தீண்டிவிட்டால் உடனே விஷம் பரவிவிடும். கோப குணம் அதிகம். எல்லாவற்றையும் கணக்கில் கொண்டுதான் நாகம் என்னும் பெயர் இந்த வகை பாம்புக்கு அளிக்கப்பட்டது. உலோக வகைகளில் துத்தநாகம் என்பது ஒரு வகை. இதன் பயன்பாடு பிற உலோகங்களைக் காட்டிலும் அதிகம் என்பதை இங்கே நினைவுகூரலாம்.

நாகர்களை அவ்வாறு அழைப்பதற்குக் காரணம் அவர்களது தொன்மை. அரவம் என்றால் பாம்பு. அரவர் என்ற சொல் தமிழரைக் குறிப்பதாகும். அரவரும், நாகரும் தமிழர்களே. மனித உடலில் இயங்கும் இரத்தக் குழாய்கள் வளைந்து நெளிந்து செல்லும் பாம்பின் உருவைக் கொண்டிருப்பதால், ரத்தத்தை அரத்தம் என்றும் குறிப்பிடுவார்கள்.

அரவக்குறிச்சி, அரவங்குடி, அரவங்காடு (கேரளா) மற்றும் அரவக்கிரி (வேங்கடமலை) போன்ற பகுதிகளின் பெயர்களை உற்று நோக்கும்போது, இருளர்கள் அங்கே வாழ்ந்திருக்கிறார்கள் என்பதைப் புரிந்துகொள்ளமுடிகிறது.

வாசத்தை முகர்ந்து பார்த்தே பாம்பின் வகைகளைக் கண்டறிந்து விடுவதால் இருளரை பாம்பு கண்ட சித்தன் என்றும் அழைப்பதுண்டு.

★

பாம்பினத்தில் தீண்டியவுடன் வேகமாக விஷம் ஏறும்வகைப் பாம்புகளாகக் கருநாகம், பெருவிரியன், ரத்தவிரியன், செவ்விரியன், நீர்விரியன், பொறிவிரியன், சுருட்டை, பனையன், புல்விரியன் போன்றவற்றைச் சொல்லலாம்.

சாரைப் பாம்பினம், மனிதர்களை வேகமாகப் பற்றி உடல் முழுவதும் பின்னி கால் முதல் மார்பு வரை எலும்புகளை நொறுங்க வைக்கும் திறன் கொண்டது. வெண்ணாந்தை எனும் மலைப் பாம்பு, பெரிய அளவான விலங்குகளையும், மனிதர்களையும் கூட விழுங்கிவிடும். தாழம் பூ மடலில் வாழும் சிறிய வகை நாகத்தின் விஷம் அதிக வீரியம் கொண்டது.

விஷத்தின் வெவ்வேறு வகையான சுவைகளை இருளர்கள் அறிந்து வைத்திருக்கிறார்கள். கருநாகத்தின் விஷம் புளிப்புச் சுவையுடன் இருக்குமாம். இது உடலில் ஏறிவிட்டால் கடிபட்ட வருக்கு நிலப்பனைக் கிழங்கு, உப்பிலாங் கொடி வேர்களைச் சேர்த்து அரைத்து ஒரு நாழிகைக்கு ஒருமுறை எட்டு நாழிகைக்குத் தொடர்ச்சியாகத் தர வேண்டுமாம். தந்தால் விஷம் முறியும் என்கிறார்கள்.

பொதுவாக பாம்பின் விஷத்தை முறிக்க பாம்புக் கொல்லி என்று அழைக்கப்படும் அருவதா எனும் சதாப்புச் செடி -

சதாப்புக் கீரை - சதகுப்பியைப் பயன்படுத்துகின்றனர். சதா மூர்க்கம் எனும் மூலிகையும் இந்த இனத்தைச் சேர்ந்ததே. இதன் தாவரவியல் பெயர் Ruta Graveolens.

பல நூல்களில் ஈசா மூலி என்றும் பெருமருந்து என்றும் நாக கேணி நாகதேனி நாகப்பகை என்றும் குறிப்பிடப்படும் கருடக் கிழங்கு (Indian Birthwort) விஷமுறிவுக்குப் பயன்படுத்தப் படுகிறது. மேலும், பீநாறிச் சங்கு எனும் பாம்புக் கண்ணியை யும், பாம்புக் கல் எனும் ஒருவித கல்லையும் விஷம் முறிக்க இருளர்கள் பயன்படுத்துகிறார்கள்.

இருளர்களில் உள்ள எருநாடர் எனும் பிரிவினர் பாம்பையும் சில மூலிகை எண்ணெயையும் சேர்த்து காய்ச்சி ஒருவகை வடி தைலம் தயாரிக்கின்றனர். இந்தத் தைலம் குஷ்ட நோய்க்குச் சிறந்த மருந்தாகப் பயன்படுத்தப்பட்டு வருகிறது.

★

சென்னை பொன்னேரிக்கு அருகில் உள்ள சிறுவாபுரியில் வடக் குநல்லூர் ஊராட்சிக்குட்பட்ட இருளர் காலனி ஒன்று உள்ளது. அங்குள்ள இருளர் ஒருவரின் கருத்து இது:

'ஏங்க, பாம்பு கடிச்சா மூலிகை மருந்தாலே குணப்படுத்த முடியாதுங்கறாங்களே நீங்க என்ன சொல்றீங்க?'

'ஐயா எந்தப் புத்துல எந்தப் பாம்பு இருக்கும்னு அதோட வாசனையிலேயே கண்டுபிடிச்சுடுவோம். வாழ்க்கை முழுவதும் பாம்புகளோடதான் திரியறோம். எப்பேர்ப்பட்ட நாகத்தையும் பிடிக்கிற எங்களுக்கு, அது கடிச்சா என்ன பண்றதுன்னு தெரியாதா என்ன?'

'இல்ல, சரியான மருந்து இல்லைன்றாங்களே.'

'நிச்சயம் இருக்கு. ஆனா கட்டுப்பாட்டோட பத்தியம் இருந் தாகணும். கடி வாங்கினவங்க ஏழு நாள் முழுக்கத் தூங்கக் கூடாது. இந்தக் கட்டுப்பாடு இருந்தாலே சரி செய்துடமுடியும். பெரிய, பெரிய கம்பெனிங்க துட்டு போட்டு இங்கிலீஷ் மருந்து செய்யறாங்க. மூலிகை மருந்து குடுத்து சரியாக்கிட்டா அந்தச் சாமானெல்லாம் எப்படிங்க விலை போறது! அதுக்காகவே மூலிகையைப் பத்தி மட்டமாப் பேசுவாங்க. ஆனா ஒண்ணுங்க.

எங்க சுத்து பத்து ஊர்ல இருக்கறவங்கன்னு இல்லாம பல ஊர்கள்ல இருந்தும், இருளருங்க எங்கெல்லாம் இருக்காங் களோ, அங்க போயி மருந்து சாப்பிடறவங்கள் இருக்கத்தான் செய்றாங்க.'

உண்மைதான். உலகெங்கும் உள்ள பழங்குடிகள் ஒன்று போலவே இருக்கிறார்கள். விஷக்கடி என்றதுமே அவர்கள் நாடுவது மூலிகைகளைத்தான். கருநாகம் தீண்டினால் நிலப் பனைக் கிழங்கு, உப்பிலாங்கொடிவேரை அரைத்து இரண்டு மணிக்கு ஒரு தரம் எட்டுமுறை தந்தால் சரியாகும் என்கிறார்கள். இதுபோல் ஒவ்வொரு விதமான விஷக்கடிக்கும் ஒவ்வொரு வகையான மூலிகையைப் பயன்படுத்தும் வழக்கம் உள்ளது.

கடிபட்டவருக்கு இருபது நிமிடங்களுக்குள் சிகிச்சை நடத்திடவேண்டும். கடிவிஷம் ரத்தத்தை இறுகச் செய்வதால் முறையான ரத்த ஓட்டம் இதயத்துக்குப் போவது தடைபடுகிறது. அவ்வாறு நிகழாமல் இருப்பது முக்கியம். அதற்குத்தான் சிகிச்சை அளிக்கிறார்கள் இருளர்கள்.

பாம்புகண்ணி, பீநாறிச்சங்கு, பாம்புக் கொல்லி, சதாப்பு கீரை, சதகுப்பி போன்ற மூலிகைகளை சிகிச்சைக்குப் பயன்படுத்து கின்றனர். விஷத்தின் தன்மை அறிய கசப்புமிக்க சிறியா நங்கை, பெரியா நங்கையைப் பயன்படுத்துகின்றனர். மிளகும் விஷம் முறிய பயன்படுத்தப்படுகிறது.

உலகெங்கும் பாம்புக் கடிக்கான உயிர்காக்கும் விஷமுறிவு தொடர்பான ஆய்வுகள் நடந்தபடிதான் உள்ளன. உலக சுகாதார நிறுவனம் அளிக்கும் தகவலின்படி, ஆண்டுதோறும் ஐம்பதா யிரம் இந்தியர்கள் பாம்புக் கடியால் மரணமடைகின்றனர். அமெரிக்காவில் ஆண்டுதோறும் ஏழாயிரம் பேர் வரை பாம்புக் கடிக்கு ஆளாகின்றனர். உலக சுகாதார நிறுவனம் உலகெங்கும் பாம்புக்கடியைக் குணப்படுத்தும் மருத்துவ ஆய்வில் அதிக அக்கறை கொண்டுள்ளது. இருளர்களைவிட்டால் அவர்களுக்கு உதவ வேறு யார் இருக்கிறார்கள்?

4

எங்க சாமி

இருளர்கள் தாய்வழிச் சமூகத்தினர் என்பதால் அவர்களின் மொத்த வாழ்வும் கன்னித் தெய்வங்களை ஒட்டியே அமைந்துள்ளன. அந்தரி, மகிடற்காய்ந்தாள், ஐயை, விந்தை, அம்பணத்தி, எண்டோளி, மாலுக்கிளையாள், பகவதி, சயமகள், பாலைக்கிழத்தி, கன்னியம்மா, எல்லையம்மா, வாட்படையாள், வனதேவதை எனப் பல்வேறு பெயர்களில் கன்னித் தெய்வத்தை வணங்குகின்றனர்.

இருளர்களின் வழிபாட்டு முறை இசையுடன் சேர்ந்தது. பாணர்களின் பாடல்களையே இவர்கள் பயன்படுத்திக்கொள்கிறார்கள். தோற்கருவி இசைக்கும் பாணர்கள் இயவர் என்று அழைக்கப்படுகின்றனர். இருளரின் குடியிருப்பில் அமைக்கப்பட்டிருக்கும் திறந்தவெளி இடங்களில் இவர்கள் ஆடல் பாடலை நிகழ்த்துவார்கள்.

இனிமையும் எளிமையும் கொண்டதாக இவர்கள் பாடல்கள் அமைந்திருக்கும். சற்று ஒழுங்கான முறையில் (காரிகை) இலக்கணம் பயின்று செய்யுள் இயற்றலாமே என்று கேட்டால் அவர்கள் பதில் இப்படி இருக்கும்.

> காரிகை கற்று கவிபாடுவதைவிட
> பேரிகை கொட்டி பிழைப்பது மேல்

மனம்போன போக்கில் இசைப்பதுதான், இவர்களது இயல்பு. பாணர்களின் பாடல்கள் இதுவரை தொகுக்கப்பட்டதில்லை. ஒருவர் மூலமாக மற்றொருவருக்கு என்னும் வகையில் தலைமுறைகளைக் கடந்து இந்தப் பாடல்கள் பழங்குடிகளின் உள்ளத்தில் நிரந்தரமாகத் தங்கிவிட்டன. கல்வெட்டுபோல் பாடல்வரிகள் பதிந்துவிட்டன.

இத்தகைய பாடல்கள் மூவகைப் பண்பைப் பேசுபவை என நாட்டார் பாடலியல் துறை வல்லுனர்கள் கூறுகின்றனர். உண்மை கூறல் - பழித்தல் - புகழ்தல்.

இருளர்களின் வழிபாட்டு முறைக்குத் திரும்புவோம். கன்னி வழிபாட்டின்போது கனிகேட்டல், கொடி கட்டுதல், காப்பு கட்டுதல், கரகம் எடுத்தல், கூழ் ஊற்றுதல், முத்துடைத்தல், அமுதம் எடுத்தல், கும்பம் கொட்டுதல், ஊர் மிதித்து வருதல், காப்பு அவிழ்த்தல் என ஒவ்வொரு நிகழ்ச்சியாக வரிசைக் கிரமமாக நடைபெறும்.

இருளர்களின் கோயிலைப் பராமரிப்பவரே, கன்னி கோயில் பூசாரியாக சில இடங்களில் விளங்குகிறார். கனி கேட்டல் எனும் சடங்கு, பூசாரி மீது மஞ்சள் நீர் ஊற்றி பெண்கள் குலவையுடன் தொடங்குகிறது. அப்போது பாடப்படும் பாடல் இது.

> கொம்பு தூக்கி ஐயனார்
> குண்டாத்துக் கன்னி
> சின்ன பாப்புளாச்சி
> பெரிய பாப்புளாச்சி
> பாலாத்துக் கன்னி
> பச்சையாத்துக் கன்னி
> பவளாத்துக் கன்னி
> நீலாத்துக் கன்னி

இப்படிப் பாடிக்கொண்டே (இதை வெறியாட்டு என்பார்கள்) கனி கேட்பார் பூசாரி. அதாவது எலுமிச்சை.

இந்த நிகழ்வுக்குப் பிறகு ஊரார் சூழ, கோயிலில் கொடி யேற்றுவார்கள். பின்னர் புலால் உண்ணாமல் சுத்தமாக உள்ள

இருளர்கள் பூசாரியால் காப்பு கட்டிக் கொள்வார்கள். இந்தச் சடங்கு முடிந்தவுடன் ஊரைவிட்டு எவரும் வெளியில் போகத் தடை விதிக்கப்படுகிறது. அதேபோல் வெளியாள்களும் ஊருக்குள் இரவில் தங்க அனுமதிக்கப்படுவதில்லை.

பாடல்கள் பாடுவதற்காகவே பிற ஊர்களில் இருந்தும் இருளர்கள் அழைக்கப்படுவதுண்டு. பிரதி உபகாரமாக இவர்களுக்குப் பணம் வழங்கப்படுவதுண்டு. இதுபோன்ற சமயங்களில் அடிக்கப்படும் தப்பைகளை வழிவழியாகப் பாதுகாக்கும் இருளர் குடும்பத்திடம் இருந்து பெற்றுவருகின்றனர்.

தப்பையைக் கையில் வைத்துக்கொண்டு சலங்கையை மணிக் கட்டில் கட்டிக்கொண்டு தாளலயத்துடன் பாட ஆண்களும் பெண்களும் கரகம் சுமந்து ஆடுகின்றனர்.

கன்னியம்மன் கோயில் விழா மூன்று நாள்கள் முதல் ஒரு வாரம் வரை நடப்பதுண்டு. சப்தகன்னியர்கள் எனப்படும் ஏழுகற்கள் வரிசையாக நடப்பட்டு மஞ்சள் பூசி குங்குமமிட்டு பூச்சூடப் பட்டிருக்கும். கேழ்வரகும் தினையும் அரிசியும் கலந்து புத்தம் புது பானையில் கூழ் காய்ச்சப்படும். பானையைக் கோயிலின் உள்ளேயே துணியால் மூடி வேப்பிலை சாத்துவார்கள்.

விழா தொடங்கிய மூன்றாம் நாள் கூழ் நன்கு புளித்துவிடும். இந்தக் கூழ் கரகம் சுமந்து ஆடிய பின்னர் அனைவருக்கும் வழங்கப்படும். ஒரே குடும்பத்தைச் சேர்ந்த அண்ணன் தங்கை உறவினர்கள் நேர்த்திக்கடனை நிறைவேற்ற வாயைத் துணியால் மூடிக்கட்டிக் கொண்டு நெல்லை உரலிலிட்டு குத்துவார்கள். இதற்கு முத்துடைத்தல் என்று பெயர். அப்போது சுற்றிலும் உள்ள பெண்கள் இப்படிப் பாடுவார்கள்.

மொக்கி பிடிக்கவாடி
முறம் பிடிக்கவாடி
ஆத்து மணலை தூர்தி விளையாட
நானும் வாரமண்டி

பிறகு குற்றிய நெல்லரிசியைப் படையலுக்குப் பயன்படுத்துவர்.

கூழ் காய்ச்சும்போதும் படையல் சோறு பொங்கும்போதும் தரையைச் சதுரமாகப் பள்ளமாக்கிக்கொள்வார்கள். அதில்

விறகிட்டு அரணி எனும் தீக்கோலில் தீ உண்டாக்குவார்கள். பிறகு அடுப்பூட்டி சமைப்பார்கள்.

இருளர்களின் வீட்டில் காணப்படும் அடுப்புகள் விசேஷமானவை. தரையில் பள்ளம் வெட்டி சுற்றிலும் கற்கள் பதித்து காற்று அடித்தாலும் அணையாத வகையில் நாற்புறமும் விறகு செருகி அடுப்பெரிப்பார்கள். இதனை அடுப்பறை என்பார்கள்.

நான்கு சுவர் கொண்டு தடுக்கப்பட்டுள்ள அனைத்துக்கும் பொதுவாக அறை என்னும் சொல்லை அவர்கள் பயன்படுத்து கிறார்கள். அடுப்பறை, மண்ணறை (சவம் புதைக்க), வீட்டறை எனப் பல அறைகள் உண்டு.

இருளரில் ஒரு பிரிவாகிய கல்கட்டி என்பவர்கள், பிறரைப்போல மண்குடில் அமைத்தோ மரப்பொந்திலோ வாழாமல் கற்பாறைகள் நிரம்பிய இடத்திலுள்ள குகைகளில் வாழ்ந்தவர்கள். குகை இல்லாத இடங்களில் நான்கு புறமும் பாறைகளைக் கொண்டு தடுத்து கற்களையே வீடுகளாக மாற்றி வாழ்ந்தவர்கள். இதனாலேயே இவர்களுக்குக் கல்கட்டி என்ற பெயர் வந்து சேர்ந்தது. ஸ்படிகக் (Crystal) கற்களை கூர் தீட்டி அதனைக் கொம்பின் நுனியில் உறுதியாகக் கட்டி, ஈட்டி போன்ற வேட்டைக் கருவிகளை உருவாக்கியவர்கள் இவர்களே.

வழிபாட்டுக்கு வருவோம். அடுப்பறையில் பொங்கிய சோற்றை கன்னி படையலுக்கு இருளர்கள் பயன்படுத்துவார்கள். கோயிலில் காப்பு கட்டிக் கொண்டவர்கள் படையல் இடும்வரை பழம், பால் தவிர வேறு உணவு உண்பதில்லை. படையலின்போது அவர்கள் இப்படிப் பாடுவார்கள்.

மஞ்சா வரைகளுக்கு
வன தேவாதிகளுக்கு
ஊட்டும் தேவாதிகளுக்கு
ஊட்டாத தேவாதிகளுக்கு
கன்னி அம்மாளுக்கு
எல்லை அம்மாவுக்கு

என, கன்னித் தெய்வத்தின் சிறப்பை உணர்த்தும் பாடல்கள் அவை. கன்னியின் அழகை, அருள் பொழியும் பண்பை விவரித்துப் பாடும் பாடல்கள்.

முத்துடைத்தலுக்குப் பின் அமுதம் எடுத்தல் எனும் சடங்கு நடைபெறும். இதற்குப் பின்னரே படையல் இடப்படுகிறது. பெண்கள் பாடி முடித்ததும், பூசாரிக்குக் கன்னித் தெய்வம் வந்து ஊர் குறித்த நலன்களைக் கூறுவார். குறிகேட்டல் நடக்கும். வயதான இருளரினப் பெண்மணிகள் ஒவ்வொருவரின் கேள்விக்கும் பதில் தந்தபடி பூசாரி சாமியாடுவதுண்டு.

வேண்டுதல்களை விருப்பங்களை வரிசையாகக் கூறியவாறு கும்பம் கொட்டி பூசை நடக்கும்.

படையல் பூசை செய்யும்போது
குடி கும்மாரத்துக்கு
சீக்குச் சங்கடம் வாராமே - எங்களைக்
கொண்டு பொறுத்துக் காப்பாத்தணும்.
நல்ல மழை பெய்யணும்
மண் போட்டா பொன்னா விளையணும்

அதன்பின்பு கன்னிமார் கோயிலில் உள்ள எல்லம்மாளின் மர உருவுக்கு மஞ்சள் பூசி அலங்கரித்து ஊர் முழுவதும் ஊர்வலமாகக் கொண்டுவருவார்கள். இதனை ஊர் மிதித்து வருதல் என்பார்கள். இருளரின் குடியிருப்பைச் சுற்றியுள்ள ஒவ்வொரு தெருவழியாகவும் சாமி சென்றுவந்த பின்னர், திருவிழாவின் நிறைவாகக் காப்பு அவிழ்த்தல் நடக்கும். அதாவது பூசாரி, பக்தர்கள் கட்டியுள்ள மஞ்சள் கயிறு மற்றும் துணி போன்றவற்றை அவிழ்த்துவிடுவார்.

மொத்தத்தில் விழா தொடக்கம் முதல் முடிவு வரை பாட்டு பாட்டு பாட்டு. பிறகு ஆட்டம் ஆட்டம் ஆட்டம். குதூகலமான கொண்டாட்டவெளியாக அந்த இடம் மாறிவிட்டிருக்கும். தொழில் காரணமாகச் சொந்த ஊரைவிட்டு வெளி இடங்களுக்குச் சென்றவர்களும் திருவிழா சமயத்தில் கட்டாயம் ஊர் திரும்பிவிடுவார்கள். தலையே போனாலும் திருவிழாவில் கலந்துகொண்டாகவேண்டும். பிற இனத்தாரும் மரியாதை நிமித்தமாகவும், கன்னித் தெய்வ பக்தியிலும் விழாவில் கலந்து கொள்வது வழக்கம்.

5
கல் அல்ல கடவுள்

நடுகல் வழிபாடு என்பது பண்டைய தமிழர்களின் முக்கிய அடையாளமாகும். சங்ககால வாழ்வியலில் முக்கியமான நெறியும்கூட. போரில் இறந்து போனவர்களைக் கடவுளாக உருமாற்றி வழிபடும் முறை. போரில் ஒருவன் இறந்துவிட்டால் அவன் உயிர் துறந்த இடத்தைக் கண்டறிவார்கள். அந்த இடத்தை நீரால் சுத்தம் செய்வார்கள். நீர்ப்படையல் வைப்பார்கள். பிறகு, அந்த வீரனின் நினைவாக நடுகல் அமைக்கப்படும்.

இப்போது அது கல் அல்ல. வழிபடும் பொருள். வீரனுக்குப் பிடித்த உணவு அங்கே படைக்கப்படும். அந்தக் கல்லுக்கு மலர் சூட்டப்படும். வீரனின் புகழ் பாடப்படும். துதிக்கப்படும். பண்டைய வழக்கத்தின் இந்த எச்சத்தை இருளர்கள் பயபக்தியுடன் பின்பற்றினார்கள். இருளர்களிடமிருந்து இந்தச் சடங்கை பிற பழங்குடி சமூகங்கள் பெற்றுக் கொண்டன. நடுகல் வழிபாடு இப்போது அதே முறையில் நடைபெறுவது கிடையாது என்றாலும் இறப்புச் சடங்குகளில் அதிக மாற்றம் இருப்பதாகத் தெரியவில்லை. நடுகல் வழிபாட்டுக்குப் பதிலாக, பழங்குடி சமூகங்கள் சமாதிபூசை, குருபூசை ஆகியவற்றை மேற்கொள்கிறார்கள். (காட்சி,

கால்கோள், நீர்ப்படை நடுதல் / சீர்த்தகு சிறப்பிற் பெரும்படை வாழ்த்தலென் - தொல்காப்பியம்: பொருளதிகாரம் - 2)

இந்தச் சடங்குகளில் பாடப்படும் பாடல்கள் எங்கிருந்து பெறப்பட்டன? முந்தைய காலங்களில் பாணர்கள் உருவாக்கிய பாடல்களையே பழங்குடி மக்கள் உபயோகித்தார்கள். இன்றும் பழங்குடிகளுக்குப் பாணர்களின் பாடல்கள்தான் ஆதாரம். பிற சமூகங்கள் தேவாரம் முதலிய பாடல்களை இசைக்கிறார்கள்.

பாணர்கள் பிற்காலத்தில் பாட்டாள் என்று பெயர் பெற்றனர், பிறகு, பாட்டகன். பாட்டவாளி (உடுக்கை அடித்துப் பாடுபவர்). பிறகு, பண்டாரம். கால மாற்றத்தால் ஏற்பட்ட பெயர் மாற்றங்கள் இவை. பண்டாரம் என்று அழைக்கப்பட்டவர்கள்தான், போர்முனையில் சங்கு ஊதி போரை ஆரம்பித்து வைப்பார்கள். இருள் வந்தால் சங்கு ஊதி போரை முடிவுக்குக் கொண்டு வருவதும் இவர்களே. போர்க்கள பாணர்கள் என்னும் பெயரையும் இவர்கள் பெற்றிருக்கிறார்கள்.

பாணர்கள் உருவாக்கிய பாடல்கள் இன்று நம்மிடையே இல்லை என்பது சோகமான விஷயம். ஆனால், தனனே தன்னானே போன்ற சில வடிவங்கள் பழங்குடி மக்களிடையே இன்றும் உயிர்ப்புடன் இருக்கின்றன. பழங்குடிகளிடம் இருந்து பலரும் அந்த வடிவங்களை எடுத்தாண்டிருக்கிறார்கள். குறிப்பாகத் திரைப்பாடல்களில் இதனைக் கண்டறியலாம்.

பழங்குடிகளைப் பொருத்தவரை இசை என்பது வாழ்வின் பிரிக்க முடியாத ஒரு பாகம். பிறப்பு, இறப்பு, இரண்டுக்கும் இடைப்பட்ட வாழ்க்கைக் காலம் என்று வாழ்வின் ஒவ்வொரு துளியிலும் இசை இருந்தாகவேண்டும். நடனம் இருந்தாக வேண்டும். இசைப்பது அவர்களுக்குச் சடங்கு. தவிரவும் அது ஒரு கொண்டாட்ட அனுபவம். வழிபடுவதற்கு இசை. கேளிக்கைக்கு இசை. காதலுக்கு இசை. சாதலுக்கு இசை.

ஆகவே அவர்களுக்குப் பாணர்கள் தேவைப்பட்டார்கள். மேளம் கொட்டி, பாட்டுப் பாடி மகிழ்விக்கும் கலையைச் செவ்வனே செய்தவர்கள் பாணர்கள். பாணர்கள் மீது பழங்குடிகளுக்கு மிக்க மரியாதையும் மதிப்பும் இருந்தது.

பாடல்கள் என்றாலே புலவர்கள் என்றுதான் நினைக்கத் தோன்றும். அரசனின் அவையில்கூட இலக்கணக் கட்டமைப்புடன்

கூடிய பாடல்களை இயற்றி, அரங்கேற்றியவர்கள் அவர்களே. ஆனால் புலவர்களின் வருகைக்கு முன்னரே பாணர்கள் துடிதுடிப்புடன் இயங்கிக்கொண்டுதான் இருந்தார்கள்.

புலவர்கள் உருவாக்கியது செவ்வியல் இலக்கியத்தை. பாணர்கள் உருவாக்கியது மக்களுக்கான எளிய இலக்கியத்தை. பாணர்களின் பாடல்கள் நாட்டுப் பாடல்கள் என்று அழைக்கப் பட்டதற்கு இதுவும் ஒரு காரணம். அனைவருக்கும் புரியும் வடிவில் புரியும் மொழியில் இசைக்கப்பட்ட பாடல்கள் அவை.

பாணர்கள் எந்த வகை இனக்குழுவைச் சேர்ந்தவர்கள் என்று கண்டறிவது கடினமானது. மக்களோடு மக்களாக அவர்கள் கரைந்து கலந்துவிட்டார்கள். கலையுணர்வும் கவித்துவமும் வற்றாத கற்பனை ஆற்றலும் கொண்டவர்களாக அவர்கள் விளங்கினார்கள் என்பது மட்டும் நிச்சயம். இசைதான் அவர்களுக்குத் தொழில். இசைதான் அவர்களுக்கு வாழ்க்கை.

இந்தப் பாணர்களை பெரும்பாணர் சிறுபாணர் என்றும் அழைத்தார்கள். இவர்களின் உள்பிரிவாக இசைப்பாணர், யாழ்ப்பாணர், மண்டைப் பாணர் எனப் பல பிரிவாக வாழ்ந்த இவர்களிடையே வேடம் புனைந்து பாடும் பொருநர்களும் இருந்துள்ளனர்.

பாணர்களின் மனைவி பாணிச்சி என்று அழைக்கப்படுவார். இலக்கியம் இவர்களை விறலியர் என்னும் பெயரில் பதிவு செய்தன. அரசவைத் துறைகளில் பாணர்களும் இடம் பெற்றனர். பாணரின் மனைவி அரசிகளின் உதவியாளராகத் தொழில் புரிந்து வந்தனர். பாணர் குழுமத்தை பொருநர், கூத்தர், அகவுநர், விறலியர், பாடினியர் எனப் பல பெயர்களில் அழைத்து வந்தனர்.

பாணர்களின் பாடல்களில் முதன்மையான அம்சங்கள் மூன்று. பொருள், ஓசை நயம், இசை வடிவம். பாடுபொருள்? இயற்கை, இன்பம், துன்பம் குறித்த மனோநிலைகள் மற்றும் பல்வேறு மனித உணர்வுகள். வகை வகையான இசைக்கருவிகளை பாணர்கள் பயன்படுத்தினார்கள். யாழ்வகைகள். தொண்டகம் எனும் தோளக்கு, கடாரி, தப்பறை போன்ற தோல்கருவிகள். பின்னாளில் உலோகப்பாண்டம் உருவானபோது சலங்கைகள். இன்னும் பல. சடங்குகளுக்கு ஏற்றவாறு பாடல்கள். பாடல்களுக்கு ஏற்றவாறு இசைக்கருவிகள்.

தமிழிசை மற்றும் இன்றைய கர்நாடக இசைக்கு பாணர் மரபிசை அடித்தளமாக விளங்குவதை ஒப்புக்கொள்ளத்தான் வேண்டும். ஆனாலும் இந்த உண்மை அங்கீகரிக்கப்படவில்லை. மேட்டுக்குடி ரசனைக்கும் ஒடுக்கப்பட்ட மக்களின் ரசனைக்கும் இடையே உள்ள வேற்றுமையே இதற்குக் காரணம்.

★

பாணர்களின் பாடல் கொடைகளை இருளர்கள் தக்க விதத்தில் பயன்படுத்திக்கொண்டனர். தாம் மேற்கொள்ளும் அத்தனை சடங்குகளிலும் பாணர்களின் பாடல்களை அவர்கள் மகிழ்ச்சியுடன் உபயோகித்துக்கொண்டனர்.

பாலைநிலத்து மரமான பாலைமரத்தை இருளர்கள் மிகவும் மதிக்கிறார்கள். இதுவே இருள மரம். வியப்பும் ஆச்சரியமும் ஊட்டும் மரம் இது.

இருள் மரத்தையொட்டியே பண்களின் அளவும் வடிவமும் எண்ணிக்கையும் அமைக்கப்பட்டிருக்கின்றன. ஏழு விரல்களை உடைய இலை வடிவம் ஏழிலைப்பாலை என்று அழைக்கப் படுகிறது. சரிகமபதநி என்ற ஏழு எழுத்தையும் இது குறிக்கும். ஐந்து கிளைகளின் இரண்டு அடுக்கும் குரலை உயர்த்தியும் (ஆரோகணம்), கீழிறக்கியும் (அவரோகணம்) பாடும் முறையை குறிக்கிறது. ஐந்து, ஐந்து அடுக்குகளில் உள்ள (5 x 7 = 35) மேல் அடுக்கு 35 (ஆரோகணம்), கீழடுக்கு 35 (அவரோகணம்) சேர்த்து இன்று நிலவும் ராகங்களின் 72 எண்ணிக்கைக்கு அடையாளமாகத் திகழ்கிறது.

சந்தேகமேயில்லை. இசை என்னும் பெருங்கடலில் பாலை நிலமும், பாலை மரமும் தனித்தனி அத்தியாயங்கள்.

பாணர்களின் பாடல்களாக இருக்கட்டும். பழங்குடிகளின் நம்பிக்கைகளாக இருக்கட்டும். மரபு கெடாமல் அவற்றை இன்றளவும் பாதுகாப்பவர்கள் இருளர்களே.

★

இருளர்களுக்கு மாத்திரமல்ல, ஏனைய பழங்குடிகளுக்கும் நடுகற்கள் பிரதானம். இறந்துபோனவரை அவர்கள் பயன் படுத்திய பொருள்கள், தானியங்களோடு தாழியில் புதைக்கும் வழக்கம், தொல் பழங்காலத்திலிருந்தே தொடர்ந்து கொண்டு

இருக்கிறது. பல இடங்களில் நடந்த அகழ்வு ஆய்வில் இது குறித்த ஏராளமான சான்றுகள் பதிவு செய்யப்பட்டுள்ளன. இவ்வாறு எடுக்கப்பட்ட பல நடுகற்களில் இறந்தவரின் பெயர், ஊர் அவரது குலச் சின்னம் ஆகியவை பொறிக்கப்பட்டுள்ளன.

மரபுச் சின்னங்களை கடவுளாக மதித்து போற்றுவதும் உண்டு. குறிப்பாக, விலங்குகளை.

இன்றும் தர்மபுரி, சேலம் போன்ற இடங்களில் உள்ள வன்னிய மக்களில் நாகவடப்பள்ளிகள் என்னும் பிரிவினர் நாகப் பாம்பை தங்கள் குலச்சின்னமாகப் போற்றுகின்றனர். அவர்கள் பாம்பைக் கொல்வதில்லை. இவ்வாறுதான் ஒவ்வொரு பழங்குடி இன மக்களிடமும் மரபு போற்றும் பண்பாடு நிலவுகிறது. இருளர்கள் தாங்கள் தேடி எடுக்கும் ஒவ்வொரு மூலிகையையும் புனிதமாக மதிப்பவர்கள்.

6
வீட்டுக்குள் தெய்வம்

பெண்களுக்குச் சமஉரிமை அளிப்பவர்கள் இருளர்கள். ஆண் பெண் பேதம் எல்லாம் இவர்களிடம் இல்லை. ஆண் என்றால் உசத்தி. பெண் என்பவர் ஆணுக்கு அடங்கித்தான் இருக்கவேண்டும் போன்ற தவறான கருத்தாக்கங்கள் இவர்களிடம் இல்லை. பெண்மை என்பது வழிபாட்டுக்குரியது.

வீட்டு நிர்வாகத்தைப் பெண்கள் கவனித்துக் கொள்கிறார்கள். கூடுதலாக, ஆண்களுக்குத் தங்களால் இயன்ற உதவிகளைச் செய்கிறார்கள். தேனெடுப்பது, மூலிகை பறிப்பது, கிழங்கு பறிப்பது முதலான வேலைகளில் உடனிருந்து உதவுகின்றனர். காடோ மேடோ கழனியோ ஆண்கள் வெளியில் செல்லும்போது, பெண்களும் உடன் செல்கிறார்கள். அரிசியை நெல், கல் நீக்கி சுத்தப்படுத்துவது, மூலிகையைச் சுத்தம் செய்வது, காயவைப்பது, கிழங்கு மாவை இடித்து சலிப்பது என்று தாங்களாகவே இழுத்துப் போட்டுக்கொண்டு பணிபுரிகின்றனர்.

இருளர்கள் வீட்டில் ஒரு வேளைதான் அடுப்பு எரிக்கிறார்கள். அந்த நெருப்பிலேயே மூன்று வேளைக்கும் தேவையான உணவுகளை சமைத்து

விடுகின்றனர். ஒரே வீட்டில் கூட்டுக் குடும்பமாக வசிக்கும் காரணத்தால் சமையல் பாத்திரங்களின் அளவு சற்றுப் பெரிதானது.

காடுகள், மலைகளில் வாழ்வோர் நண்பகலில் சமைக்கத் தொடங்குகின்றனர். சமநிலத்தில் மாலை மூன்று அல்லது நான்கு மணிக்கு அடுப்பு மூட்டப்படும். நவீன கேஸ் அடுப்பு, பம்பு ஸ்டவ் பழக்கத்தில் இல்லை. விறகு அடுப்புதான். அடுப் பெரிக்கத் தேவைப்படும் விறகு சுள்ளிகளை ஒவ்வொரு குடும்பமும் சேர்த்து வைத்துக் கொள்கின்றனர்.

சங்ககாலத்துக்கு முன்பு வரை மேலாடை அணியும் வழக்கம் இல்லை. ஆண்கள் இடைத்துண்டும், பெண்கள் புடைவையும் அணிந்துள்ளனர். தற்போது பெண்கள் நேர்த்தியான ஆடைகள் அணிகின்றனர். பொதுவாக, பருத்தியுடைகளைத்தான் பெரிதும் விரும்புகின்றனர்.

திருமணம், குழந்தை பிறப்பு, பூப்படைதல், கோயில் வழிபாடு, பூஜை என்று அத்தனை சடங்குகளிலும் பெண்களே முதன்மை யாக ஈடுபடுகிறார்கள்.

பருவ வயதுடைய பெண்ணும் ஆணும் ஒருவரையொருவர் விரும்பினால் திருமணம் செய்து வைக்கின்றனர். பெற்றோர் பார்த்து செய்து வைக்கும் திருமணமுறையும் உண்டு. தாய் மாமனின் மகனுக்குத்தான் முன்னுரிமை. மகன் இல்லா விட்டால் வேறு மணமகனுக்கு மணம் முடிப்பார்கள்.

சில இடங்களில் பெண் பயிர் செய்யும் நிலத்துக்குச் சமமாக மதிக்கப்படுகிறாள். மணம் பேசவரும்போது, மணப்பெண் வேண்டும் என்றெல்லாம் கேட்க மாட்டார்கள். உங்களிடம் உள்ள சிறிய அளவு நிலத்தைத் தாருங்கள். அதில் நாங்கள் விளைச்சல் செய்கிறோம் என்பார்கள். இந்த நிலம் கேட்கும் சடங்கு இரண்டுமுறை நிகழும். பிறகு நிலம் என்னும் பெண்ணைத் தர பெண் வீட்டார் சம்மதிப்பார்கள். பிறகு திருமணம், சீதனம், வரதட்சணை கொடுக்கும் வாங்கும் வழக்கம் இல்லை. அம்மி மிதிப்பதில்லை. அருந்ததி பார்ப்பதில்லை.

இருளர்கள் போங்கரு, குடகர் கல்கட்டி, வெள்ளக, தேவாளர் போன்ற குலப்பிரிவைச் சேர்ந்தவர்கள். அனைவரும் கொப் பிலிங்கம் பிரிவில்தான் பெண் எடுக்கும் வழக்கம் உள்ளதால்,

கொப்பிலிங்கம் பிரிவில் மேற்காணும் பிரிவினர்க்குத் தாய் மாமன் உறவுகள் அதிகமுண்டு. ஆணோ, பெண்ணோ இருளர் வீட்டில் திருமணம் என்றாலே தாய் மாமனின் மகனையோ, மகளையோதான் முதலில் அணுகி சம்பந்தம் பேச வேண்டும். தாய் மாமன் மகனை மணப்பதுதான் அவர்களின் உறவின் அடித்தளம்.

மணப்பெண்ணைத் தேர்வு செய்ய நீண்ட தொலைவுக்கு அப்பாலும் காடு, மேடு கடந்தும் வருவார்கள். மணமகனின் பெற்றோர் பெண் பார்க்க வரும்போது, உடன் இரண்டு இரும்பு கம்பிகளைக் கொண்டு வருவார்கள். நேரடியாகப் பெண் கேட்க மாட்டார்கள். நில புலன்களைப் பற்றி நீட்டி முழக்கிப் பேசுவார்கள். விருந்து சாப்பிட்டுச் செல்வார்கள்.

மீண்டும் ஒரு முறை வருவார்கள். விருந்து. பேச்சு. சரி அப்ப கிளம்பறோம் என்று புறப்பட்டுவிடுவார்கள். அப்போது பெண் வீட்டுக்காரர்கள் இப்படிக் கேட்பார்கள். சென்ற முறையும் வந்தீர்கள் எதுவும் கூறவில்லை. இந்த முறையும் வந்தீர்கள் என்ன விஷயம்? இத்தோடு ஐஸ் கட்டி உடையும். மணம் பேச ஆரம்பிப்பார்கள்.

பிறகு இரு வீட்டாரும் சேர்ந்து காடு பூசாலி என்றும் காடு பூசாரி என்றும் அழைக்கப்படும் பூசாரியிடம் சென்று விஷயத்தைக் கூறுவார்கள். இவரை ஜட்டி என்றும் அழைப்பர். பூசாரிகளாக இருந்து இருளர்களின் சடங்குகளையும், பூசைகளையும் செய்யும் இவர்களை ஜட்டிகள் அல்லது மல்ல ஜட்டிகள் என அழைக்கிறார்கள்.

இவர்கள் சிற்றரசுகள் பலருக்கும் பாதுகாவலாக இருந்ததுண்டு. காட்டில் பயணம் செய்யும் பயணிகளுக்கு உடல் உரம் பெற்ற ஜட்டிகளை வழித்துணையாகக் கொண்டு பயணிப்பது அக்கால வழக்கம். விலங்கு, விஷ உயிரினங்கள், கொள்ளையர் போன்றோரிடமிருந்து இவர்கள் தங்களை நம்புகின்றவர்களைப் பாதுகாப்பதில் வல்லவர்கள். அதனால்தான் கோயிலொழுகு எனும் பழைய நூலில் இவர்களை சிறப்பிக்கும் வரிகள் காணப்படுகின்றன. அத்தகைய ஜட்டி - பூசாரிகள் மணமக்களின் பெற்றோர் உறவினர் முன்பாக அமர்ந்து, திருமணத்துக்கு நாள் குறித்து தருவார். பொதுவாக இருளர்கள் தங்கள் திருமணத்தை திங்கள்கிழமை, புதன்கிழமை, வெள்ளிக்கிழமைகளில்தான்

நடத்துவார்கள். மங்களமான நிகழ்ச்சிகள் எதையும் செவ்வாய், வியாழன், சனி, ஞாயிற்றுக்கிழமைகளில் செய்யவே மாட்டார்கள்.

பின்னர் இருவீட்டாரும் இருளர் தலைவரான காட்டுக்காரர் என அழைக்கும் மூப்பனிடம் சென்று தகவலைக் கூறுவார்கள். மூப்பன் முன்னின்று திருமணத்தை நடத்தித் தருவார். இந்தத் திருமணத்துக்கு முன்பு ஊர்த்தலைவரான இந்த மூப்பனுக்கு வெற்றிலை பாக்குடன் அழைப்பு விடுக்க வேண்டும். இவர் ஊர் பஞ்சாயத்து உறுப்பினர்களுக்குத் தகவலை கூறுவார்.

உறவுக்காரர்கள், ஊர்க்காரர்கள் திருமண நாளில் ஒன்று கூடுவார்கள். மணமகள் வீடு பொதுவாக மூங்கிலாலும், மண் சுவராலும் கட்டப்பட்ட குடிலாக இருக்கும். ஊர்ப் பொது விருந்துக்கு ஏற்பாடு செய்வதால் பொதுவான மரத்தடியில்தான் திருமணம் நடக்கும்.

மூப்பன் தாலி எடுத்து தர, பூசாரி உடன் இருந்து திருமணத்தை நடத்தி வைப்பார். திருமண விருந்தில் சில இடங்களில் கள், சில இடங்களில் அரிசியில் செய்த மது, சில இடங்களில் தேனில் செய்த மது பரிமாறப்படும். இது கட்டாயம். கூடவே கிழங்குகளைக் கொண்டு செய்த பிட்டு, வேகவைத்த கிழங்கு, பழங்கள், ஆமைக்கறி, வரகு எலிக்கறி, ராகி, களி, நெல்சோறு, அணில் கறி ஆகியவை பரிமாறப்படும்.

மணமகள் வீட்டார் மணமகனுக்குக் கோவணத் துண்டு, முறத்தில் சிறிது அரிசி, கோடாலி அல்லது கத்தி, ஒரு சிறிய கடப்பாரை, ஒரு பானை போன்றவற்றைத் தருவார்கள். தற்போது கோவணத்துக்குப் பதில் கைலி தருகின்றனர். மணமகன் எலி பிடிக்க பானையும், அணில் பிடிக்க வலையும் தருவார்கள். தவிரவும், கத்தி, சிறிய கடப்பாரை, மூலிகை, கிழங்குகள் தோண்டி எடுக்க ஒரு கோணிப்பை முதலியவை அளிக்கப்படும். வேறு எந்தச் சீதனமும் இல்லை. ஓரளவு வசதியுடன் கல்வீடு கட்டி வாழும் இருளர்களும் பின்பற்றும் புராதன வழக்கம் இது. வரதட்சணை எனும் நாகரிக மனிதரின் கொடிய வழக்கம் இவர்களிடம் இல்லை.

பெற்றோர் சம்மதத்துடன் நடைபெறும் திருமணம், காதல் திருமணம் இரண்டும் நடைமுறையில் உள்ளது. அதேபோல்

சேர்ந்து வாழ்ந்து புரிந்துகொண்ட பின் நடக்கும் களவியல் திருமணமும் அவர்களிடையே சகஜம்.

கல்யாண மண்டபம் புக் செய்து, சமையல்காரரைப் பார்த்து இன்னின்ன அயிட்டங்கள் வேண்டும் என்ற மெனு தயாரித்து, பரிமாறும்போது உப்பில்லை, உறைப்பில்லை என்கின்ற வசவுகளையும் காதில் வாங்கி, என்னை வரவேற்கவில்லை, உபசரிக்கவில்லை என்ற சொந்தபந்த கூப்பாடு, வேட்டி சரியில்லை, புடைவை சரியில்லை, சீர் சரியில்லை, வரதட்சணை போதவில்லை, ஹனிமூனுக்கு டிக்கெட் புக் செய்ய வேண்டும், கல்யாண பத்திரிகையில் பெயர் விட்டுப்போன தாய்மாமனுக்குச் சமாதானம் சொல்ல வேண்டும் என்பது போன்ற பிக்கல் பிடுங்கல் ஏதுமில்லாமல் அமைதியாக, அடக்கமாக நடக்கும் திருமணம் இருளர்களுடையது.

மணமகனைத் தேர்வு செய்யும் முழு உரிமையும் பெண்ணுக்கு உண்டு. அதேபோல் ஒரு பெண் தன் கணவனை இழந்துவிட்டால், அவரைத் தனியாக ஒதுக்கி வைக்கும் வழக்கம் இருளர்களிடம் இல்லை. மறுமணம் சர்வ சாதாரணமாக அங்கே ஏற்கப்பட்டுள்ளது.

குழந்தை பிறந்தவுடன் தனிமையான குடில் ஒன்றை ஏற்பாடு செய்து தாயையும் குழந்தையையும் உள்ளே வைத்து பாதுகாப்பார்கள். குழந்தை பிறந்த ஏழாம் நாள் அத்தை வந்து நீர் தெளித்து இருவரையும் வீட்டுக்கு அழைத்துக் கொள்வார்.

குழந்தைக்குப் பெயரிடும் சடங்கு விழாவாகக் கொண்டாடப்படும். அத்தைதான் பெயரைச் சூட்டுவார். இதேபோல் பூப்படைதல் சடங்கும் ஏழாம் நாள் அன்று செய்கின்றனர். அதுவரை தாய்மாமன் உள்ளிட்ட இதர ஆடவர்கள் ஒருவரும் பெண்ணைப் பார்க்கக்கூடாது.

இயற்கை வழிபாட்டின்போதும், கன்னிமார் வழிபாட்டின் போதும் பெண்கள் முக்கியத்துவம் பெறுகின்றனர். கன்னிமார் தவிர இதர முன்னோர்கள் பெயரில் வெறியாட்டு எனும் சாமியாடல் நடைபெறும். மூத்த வயதுள்ள பெண்கள் மூலமாக இது நடைபெறும். அவர்கள் சாமி வந்து குறிசொல்வார்கள். ஆவிகள் நம்பிக்கையும் உண்டென்பதால் சிலர் மீது ஆவிகளை வரவழைத்து குறிகேட்பதும் உண்டு.

குடும்பப் பெண் இறந்துவிட்டால் அழமாட்டார்கள். மாறாக சாப்பறை எனும் மேளம் கொட்டியபடி மூன்று நாள் ஆடுவார்கள் பாடுவார்கள். சவ அடக்கம் மூன்றாம் நாள் நடைபெறும். உறவினர்கள் கூடி ஆற்றோரமாகச் சடங்குக்கான ஏற்பாட்டைச் செய்வார்கள்.

இறந்த பெண்ணின் தாலியை ஏழு பெண்கள் சேர்ந்தவாறுதான் நீக்குவார்கள். பின்னர் உடல் அடக்கம் செய்யப்படும். வட்ட மாகவோ, சதுரமாகவோ குழிகள் வெட்டப்பட்டு புதைகுழி அமைக்கப்படும். புதை குழிக்குள் அமர்ந்த நிலையிலோ நின்ற நிலையிலோ வாகாகப் புதைப்பார்கள். பின்னர் கவனமாக அக்குழியின் மீது ஒரு கல்லை நட்டு மண் மேட்டில் கூரிய முள் செடிகளை கள்ளிகளைப் பரப்பி வைப்பார்கள்.

இந்த நடவடிக்கை, காடுகளில் உள்ள விலங்குகள் வாசனைக் காக மண்ணைத் தோண்டாமலிருக்க ஓர் ஏற்பாடாகும். புதைக்க வழியில்லை, கற்பாறை பகுதி என்றால் எரியூட்டப்படும். பின்னர் உறவினர்கள் கூடி எண்ணெய்க் குளியல் செய்தபின் விருந்துண்டு செல்வார்கள். இதுபோன்ற வழக்கம் சிலபல இனக்குழுக்களிலும் நிலவுவது கண்கூடு.

இருளர் இனத்து ஆணோ, பெண்ணோ பசிக்காகப் பிறரிடம் கை யேந்துவதில்லை. உணவு இல்லையா? காடு முழுவதும் சுற்றி வா. கிடைப்பதை உணவாகக் கொள். எதுவும் கிடைக்க வில்லையா? பட்டினியாகக் கிட. குழந்தைக்குப் பாலூட்ட வசதியில்லாத இருளப் பெண், தன் குழந்தை மேலும் பசித்தீயில் சாக விடாமல் குழி தோண்டி உயிருடன் புதைத்த செய்தியும் உண்டு.

★

பெண் தெய்வத்தின் அவசியத்தைப் பழங்குடிகளிடம் இருந்தே உலகம் பெற்றுக்கொண்டது. குறிப்பாக, இருளர்களின் கன்னி வழிபாட்டு மரபை, பல இனங்கள் சுவீகாரம் செய்துகொண்டன. இப்படியாகப் பல்வேறு பெண் தெய்வங்கள் உருவானார்கள்.

அம்பிகா எனும் சமணப் பெண் தெய்வம் குறிப்பிடத்தக்கது. எட்டாம் நூற்றாண்டில் அம்பிகாவின் உருவங்கள் தமிழ்நாட்டில் உருவாக்கப்பட்டன. இதேபோல், பேய் உருவம் கொண்ட ஒருவராக, காரைக்கால் அம்மையாரை வணங்கும் வழக்கம்

ஏற்பட்டது. இந்த அம்மையார் புனிதவதியார் என்ற பெயருடன் வாழ்ந்தவர். தமிழ்ப் புலவர். இவரது சைவப் பற்றின் காரணமாக இறைவனுக்கு நிகராக வைத்து போற்றப்படுகிறார்.

வீட்டில் உள்ள அடிமையாகப் பெண்ணை கருதிக்கொண்டிருந்த நாகரிக மனிதர்களுக்கிடையே பெண்ணை வழிபட்ட இருளர்கள் நம் மதிப்புக்கும் மரியாதைக்கும் உரியவர்கள்.

7

என் உயிர் தாயே

பெண் என்றால் தாவரம். இருளர்கள் இப்படித் தான் புரிந்து வைத்திருக்கிறார்கள். கண் முன்னால் மலர்ந்து காயாகி, கனியாகி அபரிமிதமான பலன் தரும் தாவரம். ஒவ்வொருவரும் ஒரு பெண் வாயிலாகவே இந்தப் பூமிக்கு வந்து சேர்கிறார்கள். புதிய குடும்ப உறவுகள் பூப்பது பெண்ணால். ஒரு பெண்ணால் மட்டுமே இத்தனை விந்தைகளை உள்ளடக்கி இருக்கமுடியும். தாவரமும்கூட பெண்மை நிறைந்ததுதான் இல்லையா?

தாவரங்களை இருளர்கள் நேசித்ததற்கு இதுவும் ஒரு காரணம். ஆச்சரியம், மதிப்பாக மாற்றம் பெற்றது. மதிப்பு மரியாதையாக. மரியாதை பக்தியாக. உணர்வுபூர்வமான வழிபாடாக. நம் கண் முன்னால் இருக்கும் அற்புதம். ஆனாலும் ஒரு புதிர். ஆகவே பெண் புனிதமானவள். ஆகவே தாவரங்கள் புனிதமானவை.

தாய்வழிச் சமூகம் உருவானது. பெண் தெய்வ மானாள்.

பல்கிப் பெருகும் தாவரங்களைத் தேர்ந்தெடுத்து பெண் தெய்வம் குடிகொள்ளும் இடங்களில்

அதிகமாக வளர்த்தார்கள். கன்னிக்கோயில்கள் அவர்கள் வாழ்வின் முக்கிய அடையாளமாக மாறிப்போனது.

கன்னி வழிபாட்டின்போது, இருளர் இன கன்னிப் பெண்கள் கடுமையான விரதத்தைப் பின்பற்றுகிறார்கள். குடும்பத்தினர் இவர்களை கிட்டத்தட்ட தெய்வமாகவே நினைத்து மதிக்கி றார்கள். எப்போதோ ஒரு காலத்தில் இறந்த கன்னிப்பெண்களின் ஆவி, இன்றும் வழி வழியாகத் தங்கள் இனத்தைக் காப்பதாக இருளர்கள் நம்புகின்றனர். கன்னி வழிபாடு இருளர்களைப் போலவே வேறு சில இனக்குழுவிலும் உண்டு. எனினும், இருளர்களின் வழிபாட்டுமுறை அலாதியானது. இவர்களுடைய கன்னிக் கோயில்கள் பிற இனக்குழுக்களால் மெச்சப்படு கின்றன.

கன்னித் தெய்வம் தங்களுக்கு அளிக்கும் வரங்கள் என்று இருளர் கள் கருதுவது இவற்றைத்தான். பிறப்பு. இறப்பு. விலங்கு களிடம் இருந்து பாதுகாப்பு. தேவைப்படும் உணவுப் பொருள் கள் கிடைப்பது. ஆரோக்கியம். நல்ல மழை. நல்ல விளைச்சல். வாழ்வில் ஏதேனும் குறைபாடுகள் தோன்றினால் கன்னித் தெய்வத்தை மானசீகமாகப் பிரார்த்திக்க ஆரம்பித்துவிடுகி றார்கள்.

கன்னித்தெய்வத்தின் மீது கொண்டிருக்கும் நம்பிக்கையை ஊர்ஜிதப்படுத்தவும் கூடுதல் நன்மைகள் பெறுவதற்கும் வேண்டி, இருளர்கள் பல்வேறு பூஜைகளை மேற்கொள்கி றார்கள். இவ்வாறு செய்வதன் மூலம் தெய்வம் அவர்கள் பக்கம் நின்று அனைத்து இன்னல்களில் இருந்தும் அவர்களை மீட்டெடுப்பதாக அவர்கள் நம்புகிறார்கள்.

தெய்வங்களுக்கும் தங்களுக்கும் இடையே ஒரு தூதுவர் தேவை என்று இருளர்கள் நினைப்பதில்லை. நாகரிக கோயில் வழி பாட்டு முறைக்கு எதிரானது இவர்களது வழிபாட்டு முறை. ஒவ்வொருவரும் நேரடியாகத் தெய்வங்களை வணங்கி தொடர்பு கொள்கிறார்கள்.

ஒன்றுக்கும் மேற்பட்ட தெய்வங்களைப் போற்றும் பண்பு இருளர்களிடம் நிலவினாலும் ஒவ்வொரு குழுவுக்கும் குறிப்பிட்ட சில தெய்வம் மிகவும் நெருக்கமாகக் காணப்படும். கன்னித்தெய்வம் முதன்மையானது. கூடுதலாகப் பன்னிரண் டுக்கும் மேற்பட்ட தெய்வங்கள்.

இருளர்கள் திருமாலை வணங்குவதற்கு ஒரு காரணம் உண்டு, திருமால் அவர்களைப் போலவே கரிய நிறம் கொண்டவர் அல்லவா? ரெங்கசாமி என்று பெயரிடப்பட்டு திருமால் வணங்கப்படுகிறார்.

சத்தியமங்கலம் வட்டத்தில் உள்ள ரெங்கசாமி மலைமுடிக்கு அருகில் உள்ள கன்னம்பாளையத்தில் அமைந்துள்ள ரெங்கசாமி கோயில் பிரசித்தமானது. இங்கு உள்ள பூசாரிக்கு பூஜையைவிட கோயிலுக்கு வரும் இருளர்களுக்கு நெற்றியில் நாமம் இடுவது தான் முக்கிய கடமை. பூசாரி மணி அடிக்க இருளர்கள் கையோடு கொண்டு செல்லும் பூ, பழங்களை வைத்து பூஜையை முடிப்பார்கள்.

அதே மலையிலுள்ள சிவன் கோயிலுக்கும் செல்வார்கள். அந்த கோயிலில் ஆண்டுதோறும் செம்மறி ஆடு பலியிடும் சடங்கு நடைபெறும். கோயில் பூசாரியே இவர்கள் கொண்டு செல்லும் ஆட்டைப் பலியிட்டு பூஜை செய்வார். பொதுவாக, சனிக்கிழமை திங்கள்கிழமைகளில் இவர்கள் எந்த வேலையும் செய்ய மாட்டார்கள். அந்த நாள்களில் கோயில் வழிபாடுகள் நடத்துவார்கள்.

சில இடங்களில் ஆடி மாதங்களில் கன்னிக் கோயிலில் கூழ் வார்த்தலும், படையலும் உண்டு. சில இடங்களில் ஆவணி யிலும் நடத்துவார்கள். ஆனால், பெரும்பாலான இருளர் குடி யிருப்பில், சித்திரை மாதங்களில் நடைபெறும் விழாக்கள் சிறப்பாக இருக்கும்.

கன்னிமார் பூஜையின்போது நடைபெறும் முக்கியமான சம்பிரதாயம் இது. பருவம் எய்தும் நிலையில் உள்ள இளம் பெண்ணை தனிமைப்படுத்தி கோயிலிலேயே உறங்கச் சொல்கிறார்கள். வெறும் பால் பழம் மட்டுமே அவர்களுக்குக் கொடுக்கப்படும். ஒன்பதாம் நாள் நீராடிவிட்டு பூஜையில் கலந்து கொள்வார்கள். அப்போது அந்த இளம் பெண் தெய்வத் தன்மை பொருந்தியவளாக மாறிவிடுகிறாள்.

பின்னர் மேள தாளம் இசைக்க.. பாடல் பூஜை நடக்கும். பூஜை யின்போது தெய்வப் பெண் குறிசொல்லத் தொடங்குவாள். அப்போது அவள் வாயிலிருந்து வரும் ஒவ்வொரு சொல்லும் கன்னிதெய்வத்தின் வாக்காக ஊராரால் ஏற்கப்படும்.

பழைய செங்கற்பட்டு மாவட்டத்தில் (தற்போதைய திரு வள்ளூர்) பல இடங்களில் நூற்றாண்டுகளைக் கடந்த இருளர் குடியிருப்புகள் பல உள்ளன. சில குடும்பங்கள் மட்டும் தொழில் காரணமாக இடம் பெயர்ந்து அவ்வப்போது சென்றாலும் நிலையாகத் தங்கியுள்ள பல குடும்பங்கள் இங்கு உள்ளன.

குறிப்பாக, சிவத்தலமான திருவாலங்காடு எனும் பகுதியிலும் ஆலங்காட்டிலும், பழையனூரிலும் இருளர்கள் அதிகமாக வசிக்கிறார்கள். இங்கு இவர்களது பெயர் செஞ்சு. இந்தப் பெயர் வருவதற்குக் காரணம் பல தலைமுறைக்கு முன்னால் வாழ்ந்த இருளர்கள் செஞ்சம்மா என்னும் பெயரில் கன்னிக் கோயில் ஒன்றை இங்கே கட்டியதுதான்.

திருவாலங்காட்டில் உள்ள சர்க்கரை ஆலைக்குப் பின்னால் ஒரு கதை உண்டு. இருநூறு ஆண்டுகளுக்கு முன்னால் இருந்த இருளர் கள், அங்குள்ள சிவன் கோயிலை மிகவும் பக்தியுடன் வழிபட்டு வந்தனர். சிவன் கோயிலில் விளக்கேற்றுவதற்கு இலுப்பை எண்ணெய் தேவைப்படும் என்பதற்காக, நிறைய இலுப்பை மரங்களை வளர்த்து வந்தார்கள். ஒன்றல்ல இரண்டல்ல, நூற்றுக் கணக்கான மரங்கள். இலுப்பைக்காடு என்று அழைக்கப்படும் அளவுக்கு அடர்த்தியான வனப் பகுதியாக அது வளர்ந்தது. இலுப்பை விதைகளைச் சேகரிப்பதில் ஒவ்வோர் இருளரும் கடமையுணர்வுடன் செயல்பட்டதால் மட்டுமே இந்தக் காடு உருவானது.

சிவன் கோயில் செழிப்புடன் வளர ஆரம்பித்தது. இருளர்கள் குடும்பம் குடும்பமாகச் சென்று கோயிலுக்காக நெல்குத்தி தந்தனர். காலப்போக்கில் நெல் அரவை இயந்திரத்தின் வருகை இவர்களைக் கோயில் பணிகளிலிருந்து ஒதுங்க வைத்தது. நாளடைவில், இவர்கள் வளர்த்த இலுப்பைக்காடு, திருவாலங் காடு சர்க்கரை ஆலைக்காக அழிக்கப்பட்டது.

பழையனூரில் உள்ள ஏரிக்கு அருகில் இருளர்கள் ஒரு கூட்டமாக வசிக்கின்றனர். இங்குள்ள குடில்கள் அவர்களின் தொன் மையான குடியிருப்பை நினைவுபடுத்தும் வகையில் உள்ளது. ஒவ்வொரு குடியிருப்பிலும் ஒரு கோயில் அமைக்கப் பட்டுள்ளது. கோயில் இல்லாத இடங்களில் மரமே தெய்வம். எல்லம்மன், எல்லையம்மா, சப்த கன்னி, கன்னியம்மா, கௌரம்மா, செஞ்சம்மா, வனதேவதா போன்ற பெயர்களைச் சூட்டி தெய்வத்தை வழிபடுகின்றனர்.

பெரியபாளையம், திருவேற்காடு (வேலமரக்காடு), மாங்காடு முதலிய தாய்த்தெய்வ வழிபாட்டிடங்களில் வேப்பிலை முதன்மை பெற்றது. செங்கல்பட்டு மாவட்டத்தில் உள்ள சிற்றூர் மணப்பாக்கம். பாலாற்றங்கரையில் இது அமைந்துள்ளது. இங்குள்ள தொன்மையான கோயிலில் உருவ வழிபாடு இல்லை. ஏழு கற்கள். பிறகு, ஓடிச்செல்லும் ஒரு பெண்ணின் புடைவைக் கரையுடன் கூடிய கால்தடம். இது மட்டுமே உண்டு. சப்த கன்னிமார் என்று இந்தச் சிலையை அழைக்கிறார்கள்.

கன்னிக் கோயில் சங்க இலக்கியங்களில் காடுறை தெய்வம் என வருணிக்கப்பட்டுள்ளது. இக்கோயில்கள் இல்லாத ஊர்களே தமிழகத்தில் இல்லை எனலாம். கேரளா, ஆந்திரா, கர்நாடகத் திலும் இவ்வகை வழிபாடு பல்கிப் பெருகியுள்ளது. பழங்குடி களிடம் இருந்து நாகரிகம் பெற்று நகர வாழ்வுக்கு பல இனக் குழுக்கள் சென்றாலும் அவர்களுடைய வழிபாட்டு முறைகள் மாற்றமில்லாமல் இருப்பதன் அடையாளமே இந்தக் கன்னிக்கோயில்கள்.

இருளர்களின் வழிபாட்டுமுறைகளை பல்வேறு சமூகங்கள் இன்றும் பின்பற்றுகின்றன. குறிப்பாக, பிற பழங்குடி இனங்கள் சிற்சில மாறுதல்களுடன் அவற்றை ஏற்றுக்கொண்டுவிட்டனர். இவர்கள் வாயிலாக பிற சமூகக் குழுக்களுக்கும் வழிபாட்டு முறைகள் பரவ ஆரம்பித்தன. துர்கை, அம்மன், கன்னியம்மன், எல்லையம்மன் போன்ற பெண் தெய்வ வழிபாடு பல்வேறு பிரிவினரிடம் வேரூன்றியிருப்பதே இதற்கு அத்தாட்சி.

எத்தனை தெய்வங்களை வணங்கினாலும் குலதெய்வத்தை முக்கியமாகக் கருதும் மனப்போக்கும் பழங்குடிகளிடம் இருந்து பெறப்பட்டதே. வீட்டில் நடக்கும் முக்கியச் சடங்குகளில் குலதெய்வங்களுக்கு முதலிடம் தரும் வழக்கம் இன்று எங்கும் பரவியுள்ளது.

பெண்களைத் தெய்வமாக மதியுங்கள். பெண்களைக் கொண் டாடுங்கள். பெண்மையைப் போற்றுங்கள். பண்பாட்டின் அடித் தளமாகப் பெண்களை நிறுவுங்கள். பெண் தெய்வங்களைப் பிரதானப்படுத்துங்கள். தாய் வழிச் சமூகத்தை ஆதரியுங்கள். இருளர்கள் பிற சமூகப் பிரிவினருக்கு விடுக்கும் அறிவுரைகள் இவைதான்.

8

வேர் சொல்லும் கதை

முல்லை நிலத்தைச் சேர்ந்தவர்கள் திருமாலைத் தெய்வமாக ஏற்று வழிபட்டனர். குறிஞ்சி நிலத்துக்கு குமரன் குலதெய்வம். மருத நிலத்துக்கு இந்திரன்தான் தெய்வம். நெய்தல் நிலத்தில் வருணன் குலதெய்வம். பாலை நிலத்தில் காளியே தெய்வம்.

மேலே கண்ட ஐந்து நிலப்பகுதிகளிலும் இருளர்கள் வாழ்ந்திருக்கிறார்கள். வாழ்ந்துகொண்டிருக்கிறார்கள். ஆனாலும் இவர்கள் இந்தக் கடவுளர்களைத் தங்கள் குலதெய்வமாக ஏற்றுக்கொள்ளவில்லை.

இருளர்களின் தெய்வம் கன்னித் தெய்வம். காளியின் முந்தைய வடிவம். தாய் தெய்வம். வழிபாடு அனைத்தும் கன்னித் தெய்வத்துக்குத்தான். அதற்காக. பிற கடவுள்களை இருளர்கள் புறக்கணித்து விட்டார்கள் என்று சொல்வதற்கில்லை. திருமால், சிவன் போன்ற தெய்வங்களைக் காடுகளில் இருந்த இருளர்கள் ஏற்றுக்கொண்டார்கள். முதன்மையான தெய்வமாக இல்லாவிட்டாலும் முக்கியமான தெய்வமாக.

நம்பிக்கைகள். சடங்குகள். தத்துவங்கள். மரபுகள். சம்பிரதாயங்கள். வழிபாடு வடிவங்கள். இத்தனை

அம்சங்களையும் உள்ளடக்கியது சமயம். சமயத்தின் ஆளு மைக்கு உட்பட்டவர்களின் வாழ்க்கை முறையில், உணவுப் பழக்கத்தில், செய்யும் தொழிலில் பல்வேறு மாற்றங்களைக் கண்டனர். சமயம் முன்வைக்கும் விதிகளை இவர்கள் பயத்துடனும் பக்தியுடனும் ஏற்றுக்கொண்டனர். என்ன செய்ய வேண்டும் என்ன செய்யக்கூடாது என்பதற்கு சமயத்தின் புனித நூல்களையே இவர்கள் துணையாகக் கொண்டனர்.

பழங்குடி மக்களில் பெரும்பாலானோர் இதுபோன்ற சமயங் களின் ஆளுமைக்கு ஆட்படவில்லை. அவர்களுக்கென்று தனியே ஓர் உலகம் இருந்தது. திருமாலாக இருந்தாலும் சரி குமரனாக இருந்தாலும் சரி. தங்களது உலகத்தைவிட்டு வெளியில் வந்து அவர்களை மரியாதையுடன் வணங்குவார்கள். பிறகு மீண்டும் தமது வட்டத்துக்குள் சென்றுவிடுவார்கள்.

நிலையான கோயில்கள் அமைப்பதில் இருளர்களுக்குப் பல சிக்கல்கள். முதல் சிக்கல் அவர்களது வாழ்க்கை முறை. கான்க்ரீட் வீடு கட்டிக்கொண்டு வேலைக்குப் போய் மாதா மாதம் சம்பளம் வாங்கி காலத்தைக் கழிக்க முடியாது அவர்களால். ஆகவே நிரந்தர குடியிருப்புகள் அமைத்துக்கொள்வது முடியாது. அடிக்கடி இடம்பெயர வேண்டியிருக்கும்.

சிரமம்தான். சிக்கல்தான். ஆனால் அதற்காகக் கோயில் அமைக் காமல் இருக்க முடியாது அல்லவா? எங்கே இடம் பெயர்ந் தாலும் சரி. வழிபாட்டுக்கான ஆயத்தங்களை உடனடியாக ஆரம்பித்துவிடுகிறார்கள். நடுகல் வழிபாடு நடத்த தகுந்த இடத்தைத் தேர்ந்தெடுக்கவேண்டும். கன்னிமார் பூஜை நடத்தவேண்டும். மளமளவென்று வேலை ஆரம்பமாகிவிடும்.

கோயில் என்பது வழிபடுவதற்கான இடம் மட்டுமல்ல. சகலவிதமான சமூக உறவுகளின் இணைப்பு மேடை அது.

எங்கே என்பது முக்கியமல்ல. மலைப்பகுதியாக இருக்கலாம். நீர்நிலைக்கு அருகிலுள்ள பிரதேசமாக இருக்கலாம். சமநிலமாக இருக்கலாம். கோயில் வடிவமைப்பை ஆரம்பித்துவிடுவார்கள். சிறிய கல் கட்டடம். அதைக் குடில் என்று அழைப்பது பொருத்த மாக இருக்கும்.

ஏழு அவர்களுக்கு முக்கிய எண். மரம், செங்கல் அல்லது கருங்கற்களைக் கொண்டு ஒரே அளவில் ஏழு கற்கள் வரிசையாக

நடப்பட்டிருக்கும். நடப்பட்ட பிறகு இவை கற்கள் அல்ல. சப்த கன்னியர்கள். கன்னி வழிபாட்டின் தொடக்க நிலை இது. சிற்சில இடங்களில் தற்போது மார்பளவு சிலைகளை அமைத்துள்ளனர்.

காட்டில், சமநிலத்தில் எங்கு வேப்பமரம் வளர்ந்தாலும் அம்மரத்தின் அடியில் கன்னி உறைவதாக இருளர்கள் நம்புகின்றனர். வேப்ப மரம் இவர்களுக்குப் புனிதமானது. இருபது அல்லது ஐம்பது வீடுகள் உள்ள குடியிருப்புகள் ஓர் இடத்தில் இருந்தால் அங்கு கன்னிமார் கோயிலும், வேப்பமரமும் கட்டாயம் இருக்கும். ஆல மரமும் அரச மரமும்கூட புனிதமானவையே.

தமிழ், தெலுங்கு, கன்னடம், மலையாளம், துளு மொழி பேசும் பகுதிகளில் வாழ்ந்துவரும் இருளரையும் இதர தென்னிந்தியப் பழங்குடிகளையும் திராவிட இனம் என்று மானுடவியல் குறிப்பிடுகிறது. ஆசிய இனம் என்றும் தென்னிந்திய தொல் குடிகள் என்றும் மானுடவியல் ஆய்வுகளில் இவர்கள் குறிப்பிடப் படுகிறார்கள்.

இருளர்களைத் தனியொரு குழுவாகக் கொள்ள இயலாது. இருளர்களைப் பழங்குடி இனத் தொகுப்பாகவே ஆய்வாளர்கள் அளவிடுகின்றனர்.

இதுபோன்ற தொகுப்பை பொதுவான தன்மைகளின் கீழ் மூன்று வகைகளில் அடக்குகிறார்கள். 1 - நீக்ரோ - நீக்ரிட்டோ - ஆஸ்திரேலிய ஆப்பிரிக்க - ஓஷானிய வகை. புவிக்கோளின் நிலநடுக் கோட்டு (ஈக்வடார்) பரவலில் உள்ள நிலப்பகுதியில் வாழ்வோர். 2 - ஐரோப்பிய - ஆசிய, ஐரோப்பிய வகை 3 - மங்கோலிய - ஆசிய - அமெரிக்க வகை.

இடைக் கற்காலம், புதுக் கற்காலம் தொடங்கி தற்போதுள்ள காலம் வரை கிடைத்த தடயங்கள், கருவிகள், இதர பொருள் கள், எலும்புகளைக்கொண்டு உலகளவிலான மனித இனத்தின் உறவுத் தொடர்புகளை ஆய்வாளர்கள் வரையறுத்துள்ளனர்.

நிலநடுக்கோட்டு வெப்ப மண்டலக் குழுக்களில் ஆப்பிரிக்க நீக்ரோக்களும், நிக்ரிட்டோ பிக்மி எனும் உருவில் குறைந்த இனமும், புஷ்மன் எனும் இனமும் மெலனேசியர் இனமும், பாப்புவான் இனமும், நீக்ரிலோ பிக்மி இனமும், டாஸ்மேனியர்களும் அடங்குவார்கள்.

நிலநடுக்கோட்டு தெற்கு திசை இனவழிக் குழுக்கள் வரிசையில் வேடர், ஐனுக்கள் எனும் குரில் தீவில் வாழும் இனம், போலினேசியர்கள், மலாயர்கள், ஆஸ்திரேலியர்கள் உள்ளனர்.

நிலநடுக்கோட்டு மேற்கு திசை இனவழிக் குழுவில் ரஷ்யாவின் உரால் மலைத் தொடர் பழங்குடிகள், அமெரிக்க செவ்விந்திய வகையினரும், மங்கோலிய வகையினரும் உள்ளனர். இதில் ஐரோப்பா - அமெரிக்கா - ஜெர்மன் - ரஷ்யா - ஆஸ்திரியா - கனடா - தென் அமெரிக்கா - வட அமெரிக்க உள்ளிட்ட இதர ஐரோப்பிய நிலப்பகுதி முழுதும் நாற்பத்தெட்டு இனவழிக் குழுக்கள் பல்கிப் பெருகி பல இனங்களுடன் கலந்து கலப்பினமாக மாறிவிட்டன.

மேற்காணும் இந்த நிலநடுக்கோடுகளில்தான் மானுட இனத்தின் தொடக்கமும் கற்காலங்களின் தொடக்கமும், நாகரிக வாழ்வும் தொடங்கின எனலாம். இங்கு மனித இனம் இடர் மிகுந்த பல்வேறு பருவநிலைகளை, இயற்கைத் தடைகளை கடந்துள்ளன.

உயர்ந்த மலைச் சிகரங்களை, ஆவேசமாகத் தடையின்றி பாய்ந்த அகன்ற ஆறுகளை, மனிதரைத் தேடித்தேடி கொன்று தின்ற அபாய விலங்குகளை, ஒளியே புகாத அடர்ந்த காடுகளை, வறண்ட நீண்ட தூர மணற்பாலைகளைக் கடந்து இந்த இனங்கள் கூட்டம் கூட்டமாக இடம் பெயர்ந்திருக்கின்றன. திராவிட இனத்தின் ஓர் அங்கமான இருளரினத்தின் வேரும் இவர்களிடம் இருந்துதான் உதிக்கிறது.

★

இருளர் இனத்தின் உறவுகள் உலகெங்கும் பரவியிருக்கின்றன. தமிழ்நாடு, கேரளம், ஆந்திரம், கர்நாடகம், கொங்கணப் பகுதிகளில் பரவி வாழும் காடர், கணிக்கார், குறும்பர், பள்ளிகள், பனியன், புலியன், ஊராளி, ஏனாதிகள் ஹோக்கள், ஒரவோன், கோண்டுகள், பிரார்கள், சந்தால்கள், நாகர்கள் போன்றோர் இருளர்களுடன் தொடர்புடையவர்கள்.

இந்தோனேசியா, பிலிப்பைன்ஸ் தீவுகள், ஆஸ்திரேலியா, பாப்புவா நியூ கினியா, தாய்லாந்து, மலேசியா போன்ற பகுதிகளில் பரவியுள்ள பல்வேறு வகையான பழங்குடிகள் இருளர்களுடன் தொடர்புள்ளவர்கள்.

நோய்க்குச் சிகிச்சை அளிப்பதற்காக அந்தமான் நிக்கோபார் நிக்ரிட்டோ பழங்குடிகளிடம் ஒருமுறை ரத்தம் சேகரிக்கப்பட்டது. சோதனையின் முடிவில் ரத்த மாதிரிகள் ஒரே மாதிரியாக இருந்ததைக் கண்டு மருத்துவர்கள் அதிசயம் அடைந்தனர். ஏ பிரிவு. ஆராய்ச்சியை வேறு கோணத்தில் தீவிரமாக முன் னெடுத்துச்சென்றபோது, ஓர் உண்மை புலப்பட்டது.

அந்தமான் நிக்ரிட்டோ பழங்குடிகளுக்கும் இந்தியாவிலுள்ள பழங்குடிகளுக்கும் குறிப்பாக, திராவிடரும் திராவிட இனத்தின் ஒரு பிரிவான இருளர் இன மக்களுக்கும் நெருங்கிய தொடர்பு உண்டு. இரத்த வகையை அடுத்து டி.என்.ஏ சோதனைகள் வாயிலாகவும் இந்த ஒற்றுமை நிலை நாட்டப்பட்டுள்ளது.

இருளர்கள் எண்ணிக்கையில் வேண்டுமானால் சில லட்சம் பேராக இருக்கலாம். ஆனால், ஒவ்வோர் இருளருக்கும் உலகம் முழுவதும் உறவினர்கள் பரவியிருக்கிறார்கள். இருளர்களின் இன உறவு, கடல் கடந்தது.

தமிழ்நாட்டில் வேடர், பழையர், காணிக்கர், காடர், மலைப் பண்டாரம் போன்றோர் தென்னகத்தின் மூலவர்க்கத்தைச் சேர்ந்த திராவிட இனத்தைச் சார்ந்தவர்கள். வட பகுதியில், வெட் டோய்ட் வர்க்கத்தைச் சேர்ந்தவர்களின் தடயங்களை, சான்று களை கண்டறிந்துள்ளனர். இவ்விரு இனத்தைச் சேர்ந்தவர்களே இந்திய நாகரீகத்தின் அடித்தளத்தில் காணப்படும் மூலமான வர்க்கங்களாக மானிடவியலாளர்கள் கருதுகிறார்கள்.

ஆக, இந்தியப் பெருநிலப்பரப்பில் வெடோயிட் வர்க்கமும் திராவிட வர்க்கமும் இடைக்கற்காலத்தின் செழுமையைத் தாங்கி, புதிய கற்காலத்தின் மூலகர்த்தாக்களாக இருபுறங்களி லும் விளங்கினர்.

9
அஞ்சறைப் பெட்டி

பள்ளிக்குப் போய்தான் தீரவேண்டும் என்று இருளர்கள் தங்கள் பிள்ளைகளைக் கட்டாயப் படுத்துவதில்லை. பள்ளிக்கூடம் என்பது அவர்களைப் பொருத்தவரை அத்தியாவசியம் கிடையாது. தன்னார்வலர்கள் யாராவது வருந்தி குழந்தைகளை அழைத்தால்கூட அரைகுறை மனத்தோடு தான் பிள்ளைகளைப் பள்ளிக்கூடத்துக்கு அனுப்பி வைப்பார்கள்.

பள்ளிக்குச் செல்வதை ஒரு சுகமான அனுபவமாகக் கொள்வதை விட சுமையாகக் கருதுகிறார்கள் குழந்தைகள். பெற்றோர்களின் மனப்பான்மையும் இதுவேதான். முப்பது சதவிகிதம் குழந்தைகள் கூட பள்ளிக்குச் செல்வதில்லை. மாறாக எலி பிடிக்கவும், அணில் மற்றும் ஏரி குளங்களில் மீன், நத்தை பிடிக்கவுமே அவர்களுக்குப் பயிற்சிகள் அளிக்கப்படுகின்றன.

C.C.R.D. எனும் தொண்டு நிறுவனத்தை திருவாலங்காடு பழையனூரில் நடத்தி வரும் ராமன் போன்ற சமூக நலத்தொண்டர்கள், குழந்தைகளைப் பள்ளிக்கூடத்துக்குக் கவர்ந்திழுக்கும் முயற்சியில் தொடர்ந்து ஈடுபட்டு வருகிறார்கள். குழந்தை

களுக்குக் கல்வி பற்றிய ஆலோசனைகளைக் கூறுகிறார்கள். தேவையான விளையாட்டுச் சாமான்களை வாங்கித் தருகி றார்கள். தனிப்பட்ட முறையில் அக்கறை செலுத்துகிறார்கள். குழந்தைகள் உழைப்பாளர்களாக மாறுவதைத் தடுக்க இயன்ற வரை முயற்சி செய்கிறார்கள்.

ஊருக்குள் நுழையும் இவர்களைக் கண்டு குழந்தைகள் பல சமயங்களில் பயந்ததுண்டு. அம்மை குத்த வருகிறார்கள் என்பதுதான் இவர்களது பயத்துக்குக் காரணம். அவர்களை நிறைய சமாதானம் செய்ய வேண்டியிருந்தது. நாங்கள் மருத்துவர்கள் கிடையாது, எங்களிடம் ஊசி கிடையாது என்று இரண்டு கைகளையும் விரித்துக் காட்டி இனிமையாகப் பேசி அவர்களை வரவேற்க வேண்டியிருந்தது.

குழந்தைகள் மீதான வன்முறைகளைத் தவிர்ப்பதற்கு உலகக் குழந்தைகள் அமைப்பு, நிறைய சட்டங்களை வகுத்துள்ளது. இந்தச் சட்டங்கள் பற்றியெல்லாம் இருளர்களுக்கு எதுவும் தெரியாது. என்றாலும் இருளர்கள் தங்கள் குழந்தைகள் மீது துளி அளவு வன்முறையும் பிரயோகிப்பதில்லை. இன்று நேற்று முளைத்த பழக்கமல்ல இது. பன்னெடுங்காலமாக அவர்கள் போற்றிப் பின்பற்றும் பெருமைமிகு வழக்கம்.

தலையில் குட்டுவது, அடிப்பது எதுவுமே இல்லை. விளை யாட்டாகக்கூட சிறுவரின் தலையில் ஒரு செல்லக்குட்டு குட்டி விட முடியாது. பெரிய அளவில் கலவரமே வெடித்துவிடும். ஆம். அந்நியர்கள் தங்கள் பிள்ளையின் தலையைத் தொடுவதைக்கூட இருளர்கள் விரும்புவதில்லை. ஒருவேளை இது மூடப்பழக்கவழக்கத்தின் அடையாளமோ என்று நாம் நினைத்தால் அது தவறு.

எண் சாண் உடம்புக்கு சிரசே பிரதானம் என்பதை நன்கு உணர்ந்தவர்கள் இருளர்கள். அதனால்தான் பெரியவர்கள் தலைப்பாகையாகத் துணிகளைக் கட்டிக்கொள்கிறார்கள். இன்றைய நவீன யுகத்தில் பெரும்பாலான விபத்து மற்றும் காயங்களில் தலைப் பாகத்தில் படக்கூடிய காயமே அபாயம் என்பதை உணர்ந்தே கவசம் அணியக் கூறுகின்றனர். ஆனால், பழங்காலம் முதற்கொண்டே தலையைப் பாதுகாக்கும் இருளரின் பழக்கத்தை நினைத்தால் அவர்கள் நுண்ணிய சிந்தனை ஒவ்வொன்றிலும் ஓர் அறிவியல் தன்மை இருப்பதைக் காண முடிகிறது.

ஆனாலும், குழந்தைகள் பிற சமூகக் குழந்தைகள்போல் இல்லாமல் சற்று பலவீனமாகவே உள்ளனர். போதிய சத்துள்ள உணவுகள் எடுத்துக்கொள்ளாததே இதற்குக் காரணம். மருந்து, மாத்திரைகள் உண்பதை இருளர்கள் அவ்வளவாக வரவேற்பதில்லை. ஆனால், தற்போது தொலைக்காட்சிகள், மருந்து மாத்திரை மீது பயம் தேவையில்லை என்பதை விளம்பரங்கள் வாயிலாக உணர்த்தி வருகின்றன. இதனால் தலைவலி, காய்ச்சல் போன்ற உபாதைகளுக்கு மருந்துகளைத் தயங்கித் தயங்கியாவது நாட ஆரம்பித்திருக்கிறார்கள்.

பிறந்தாலும் பாட்டு. இறந்தாலும் பாட்டு. இறப்பின்போது நடத்தப்படும் சடங்குகள் மிகவும் விரிவானவை.

இறந்து போன இருளரின் உடல் மூன்று நாள்கள் வரை பாதுகாக்கப்படும். உறவினர்கள் அனைவரும் வந்து சேர்வதற்காகக் கொடுக்கப்படும் அவகாசம் அது. பின்னரே அடக்கம் செய்வார்கள். பொதுவாக நீர்வரத்துள்ள பகுதிகளிலேயே சவஅடக்கம் நடைபெறும். உடலை கிடத்திவிட்டு ஆடிப்பாடியபடி இருப்பார்கள். அழமாட்டார்கள்.

சதுரமாக அல்லது வட்டமாக வெட்டிய புதை குழியில் உடலை அமர்ந்த நிலையில் புதைப்பார்கள். இறந்துபோனவர் முதியவர் என்றால் புதைக்கப்பட்ட இடத்தின் மீது பெரிய கல்லையும் வயதில் சிறியவர் என்றால் சிறிய கல்லையும் நட்டு வைப்பார்கள். பிறகு, குழியை நன்கு மண்ணால் மூடி அதன் மீது முட்செடிகளை, கள்ளிச் செடிகளை பரப்பி வைப்பார்கள்.

புதைக்கும்போது பறைகொட்டுவார்கள். இதனை சாப்பறை என்பார்கள். பாடல் இப்படி அமையும்.

'செத்தவங்களோட செத்தவங்களா
மாண்டவங்களோட மாண்டவங்களா
நீங்க போய்ச் சேர்ந்து
எங்க கைகாலுக்குச் சொகத்தைக் கொடுங்க'

வேண்டுதலுடன் கூடிய பாடலாக அது அமையும். இறந்தவர்கள் ஆவியாக வந்து தொல்லை தரக்கூடாது என்பதற்காக இவ்வாறு பாடுகின்றனர். உறவினர்கள் ஏழாம் நாள் துக்கம் நீங்க எள் எண்ணெய் தேய்த்து தலை முழுகி இறைச்சியுடன் விருந்துண்டு செல்வார்கள்.

ஒவ்வோர் ஆண்டும் ஊர்ப் பொதுவில் நீத்தாரை நினைவுகூரும் சடங்கு நடத்தப்படும். இதனை ஊர்ச் சபையே ஒரு தேதியிட்டு நடத்தும். இருளர்களின் முதன்மைத் தெய்வமான கன்னி தெய்வம் தவிர, ஏனைய பதினோரு கடவுளர்களுக்கும் விழா எடுத்து சிறப்பிக்க இக்குழுவே தீர்மானிக்கும். நீத்தார் நினைவுதின சடங்கு, ஒரு திருவிழாவைப்போல் புதைக்கப்பட்ட இடத்தில் நடத்தப்படும். நடுகல்லின் உயரங்களுக்கு ஏற்ப மலர்கள் சூட்டப்பட்டு, பொதுவான படையலுடன் தோப்பிக்கள் (அரிசிச் சாராயம்) அல்லது பனங்கள், தென்னங்கள், செஞ்சு பானம் (அரிசிச் சாராயம்) முதலியவை படைக்கப்படும்.

அப்போது அவர்கள் பாடும் பாடல் இப்படி அமையும்.

> இடஞ்சாரி வலஞ்சாரி வாராதே
> சின்னுசிறுசு வரும் அதை சாரிக்காதே
> கல்லிலே ஒண்டாதே, கட்டியிலே ஒண்டாதே
> மரத்திலே ஒண்டாதே
> சாமியோட சாமியா
> தெய்வத்தோட தெய்வமா
> போய்ச் சேர்ந்துக்கோ

எளிய மொழி நடையில் அமைந்த இதுபோன்ற பாடல்கள் ஆதிகாலம் தொட்டு இன்றுவரை இருளர்களால் பாடப்படுகின்றன.

இருளருக்கு ஆவிகள் மீது அதிகமான நம்பிக்கையுண்டு. மரங்கள் மற்றும் நடுகற்கள் உள்ள இடங்களில் ஆவிகள் உறைவதாக அவர்கள் நம்புகின்றனர். உடல்நலம் பாதிக்கப் பட்டாலோ, காயம் பட்டாலோ ஆவியுலக முன்னோர்களும் வேண்டாத ஆவிகளும் வினை புரிவதாக எடுத்துக்கொள்கிறார் கள். பயப்படுகிறார்கள்.

பயத்தைப் போக்க ஒரே வழி கன்னியம்மனிடம் சரணாகதி அடைவதுதான். அம்மா தாயே காப்பாற்று என்று நெக்குருகுவது தான். போதியளவு உணவு கிடைக்கவில்லையா? மழை இல்லையா? கன்னியம்மனிடம் முறையிட வேண்டியதுதான். பிரச்னைகளை வாய்விட்டுக்கூறி வணங்குகிறார்கள். பூசாரி மீது தெய்வம் வந்திறங்கி குறி சொல்ல ஆரம்பிக்கிறது. கவனமாகக்

கேட்டுக்கொள்கிறார்கள். பிறகு அருளாசிகள் பெற்று மன நிம்மதியுடன் திரும்புகிறார்கள்.

காடுகளில் வாழும் இருளரிடம் இன்றும் ஒரு பழக்கம் உண்டு. கொடிய விலங்குகள் தங்களின் வசிப்பிடத்துக்கு அருகாமையில் அண்டாமல் இருக்க குடியிருப்பின் நான்கு திசைகளில் உள்ள மரக்கிளைகளில் நரிவாலைக் கட்டித் தொங்கவிடுவார்கள். இதுபோலவே சிறுவர்கள், பெண்கள் மரங்களின் அசைவைக் கண்டு பயந்தாலும் மரக்கிளைகளில் ஆவிகளை விரட்ட சிறிதளவு தின்பண்டம் பழைய துணிகளை மூட்டையாகக் கட்டி தொங்கவிடுவதும் உண்டு.

வேப்பமரம், அரசு, ஆல், அத்தி, வில்வ மரங்களை புனிதமாக மதிக்கின்றனர். இந்த மரங்களில் நல்ல ஆவிகள் மற்றும் தங்களைக் காக்கும் தெய்வங்கள் உறைவதாக நம்புகின்றனர்.

இதனால் மரங்களுக்கு மஞ்சள் பூசி அதன்கீழ் கற்களை நட்டு வணங்குகின்றனர். இந்த இருளரின் பழங்கால பழக்கம்தான் சமயங்களில் பின்னர் ஊடுருவின. பெரிய அளவில் கோயில்கள் எழுப்பப்பட்டபோதும் அங்கிருந்த பழங்குடிகள் வழிபட்ட மரங்கள் அந்தந்தக் கோயிலின் தல விருட்சங்களாக மாறின.

பிற இனக் குழுக்கள் தங்களின் பிரச்னைகள் தீர ஆவி - மந்திரங் களில் தேர்ச்சியுள்ள இருளர்களை நாடுவதுண்டு. இன்றும் தொடரும் வழக்கம் இது. இருளர்களிடம் சில விசித்திர ஆற்றல்கள் நிறைந்துள்ளதாக இவர்கள் கருதுகிறார்கள்.

நாகரிக சமூகத்தாரின் இறப்பில் நிகழ்த்தும் சடங்குகள் பழங் குடிகளை ஒத்ததாகவே இன்றும் உள்ளது. பாணர் இசைக்குப் பதில் சங்கு இசை, பறை இசை. புதை குழியிடத்தில் கற்களை நட்டு அக்கற்களை முன்னோர்களாகப் பாவித்து நீராட்டி, பூச்சூட்டி படையலிடுவது பழங்குடிகளின் பழக்கமுறை. பிண்டம் என்கிற சோற்றுருண்டைகளை, கற்களை பூஜை செய்யும்போது, படைப்பது அவர்களுடைய பழக்கமாகும்.

நவீன கட்டடம் கட்டி குடியிருப்புகளை அமைத்தாலும் அங்கும் ஒரு கோயிலைக் கட்டி வழிபடும் பண்பாடு இருளரிடம் பெற்றதே. வாழும் இடங்களில் வழிபாடு செய்யும் தெய்வங் களை அழைத்துக்கொள்வதும் அவர்களுடைய இயல்பே.

பூஜை செய்யும் நேரத்தில் இசை கலந்த இறைவணக்கப் பாடலை பாடும் வழக்கமும் இருளர்களிடம் இருந்து பெறப்பட்டதுதான். பாணரின் மூல பாடலை இருளர்கள் வழிபாட்டின்போது பாடுவது வழக்கம். கோயில் திருவிழாவில் இசைநிகழ்ச்சியை நடத்துவதும் இதன் தொடர்ச்சிதான். இன்னமும் நாகரிக மனிதனின் ஒவ்வோர் அசைவையும், பழக்க வழக்கத்தையும் நாம் நுணுகி ஆய்ந்தால் அதில் பழங்குடிகளின் அடையாளங்களைக் காணலாம்.

இருளர்கள் பேசும் மொழி இருளா. தமிழ்-கன்னடப் பிரிவைச் சேர்ந்த ஒரு தென் திராவிட மொழி இது. தமிழ்நாடு, கேரளா, கர்நாடகம், ஆந்திரப் பிரதேசம் ஆகிய பகுதிகளில் இம்மொழி சுமார் இரண்டு லட்சம் பேரால் பேசப்பட்டுவருகிறது. எரவல்லன், எருக்கலா, இரவா, இருளர் மொழி, இருளவன், இருளிகா, இருளிகர், கொரவா ஆகிய பெயர்களிலும் இருளா மொழி அழைக்கப்படுகிறது. தமிழ் மொழிக்கும் இருளா மொழிக்கும் இடையில் ஏறத்தாழ ஐம்பது சதவீத ஒற்றுமை உண்டு.

எல்லை என்கிற சொல்லுக்கு மாலு என்றும் வல்லமை, திறமை போன்றவற்றைக் குறிப்பிட தாட்டிமை என்றும் சொல்கிறார்கள். பருமனாக இருப்பவரை தாட்டியானவர் என்று சென்னை, செங்கை, ஆற்காடு பகுதிகளில் இன்றளவும் வழங்கிவருவதை இங்கே ஒப்பீடு செய்துகொள்ளலாம். முழுநிலாவை மதிய நிலா என்கிறார்கள் இருளர்கள்.

இருளர்கள் நம்மிடம் பேசும்போது நமக்குப் புரியும் என்றாலும் அவர்களுக்குள் நடக்கும் உரையாடலை நம்மால் புரிந்து கொள்ளமுடியாது. அத்தனை வேகம். இருளர்களின் மொழி குறித்த ஆய்வை, எட்கர் தர்ஸ்டன் காலத்தைச் சேர்ந்த ஸ்டுவர்டின் என்பவர் 1884-இல் மேற்கொண்டுள்ளார்.

இவர் இருளர்கள் கசுப - கசுவ - இருள எனும் கிளைமொழியைப் பேசுகின்றனர் என்று குறிப்பிட்டுள்ளார். தமிழைப் போலவே ஒரு பொருளுக்குப் பல சொற்கள் வழங்கப்படும் வழக்கம் இருளர்கள் மொழியிலும் உண்டு.

இருளா என்பது தமிழின் கிளைமொழிகள் குடும்பத்தில் உள்ள ஒரு தொன்மை மொழியாகும். தமிழில் உள்ள இருபிரிவான இலக்கியம் படைக்கும் மொழி, இலக்கியம் படைக்க இயலாத வெறும் பேச்சுவழக்கு மொழிகள் எனும் கிளை மொழி பட்டியலில் இருளரின் மொழிகள், இலக்கியம் படைக்க இயலாத மொழி வரிசையில் உள்ளது.

10
காடு எங்கள் வீடு

வேட்டைக்கார இருளர் என்று ஒரு பிரிவு உண்டு. இந்தப் பிரிவினர் வயல்வெளிகளைப் பாழ்படுத்தும் எலிகளைப் பிடித்து வேளாண்மைத் தொழிலுக்கு நன்மை புரிகின்றனர். இருளர்கள் எப்படி எலிகளைப் பிடிக்கிறார்கள்?

எலிகள் வசிக்கும் வளைகளில் ஒரு பானைக்குள் வைக்கோலைத் திணித்து அதைப் பற்ற வைப்பார்கள். அது புகையத் தொடங்கும். புகை வரும் பானையின் வாய்ப்புறத்தில் அதை வைத்து பானையின் பின்புற ஓட்டை வழியே புகையை ஊதுவார்கள். புகை நெடி தாளாமல் வளைக்குள் பதுங்கிய எலிகள் வெளியே வரும் அதை லாகவமாகத் தங்கள் கவண் தடியால் பிடித்து கையோடு கொண்டு செல்லும் கூண்டுக்குள் அடைத்துக் கொள்வார்கள். இந்த இடத்தில் ஒரு தகவல். இருளரின் திருமணத்தின்போது சீர் வரிசையாக ஓட்டை விழுந்த பானையைத் தருவதே எலி பிடிக்கத்தான்.

சரி, பிடிபட்ட எலியை என்ன செய்வார்கள்? ஒரு கழியில் 'கபாப் கறிபோல்' செருகி நெருப்பில் சுடுவார்கள். எலியின் மேல் தோலில் உள்ள முடிகள் தீயில் பொசுங்கி தசைகள் நன்கு வெந்தவுடன்

பக்குவமான எலியின் இறைச்சியைத் தின்பார்கள். தொடக்கத் தில் இருளர் மட்டுமே தின்றுவந்த எலிக்கறி, காலப்போக்கில் தென் மாவட்ட வேளாண் மக்கள் பலரும் விரும்பி உண்ணும் ஓர் உணவாக மாறியது. அவர்கள் உண்ணும் எலியில் நல்ல புரதம் அடங்கியுள்ளதாகவும், உடலுக்கு வலுசேர்க்கும் என்றும் நம்புகின்றனர்.

எலி சுத்தமான பிராணி என்கிறார்கள் இருளர்கள். ஆடு, மாடு, பன்றி, கோழியைவிட சுத்தமானதாம். காரணம் எலி தன்னைத் தானே அடிக்கடி நக்கிக் கொண்டு தன்னைச் சுத்தமாக வைத்திருக்கும். இருளர்கள் தரும் விளக்கம் இது.

எலியைப் போலவே மர அணிலையும் இருளர்கள் விரும்பி உண்கிறார்கள். எலிக்கறியைப் போலவே அணில் கறி. சுட்டுத் தின்றுவிடவேண்டியதுதான். எலி வேட்டைக்குப் பின்னர் எலி வளையைத் தோண்டி அங்குள்ள நெல்லை பயன்பாட்டுக்கு எடுத்துக் கொள்வார்கள்.

★

காட்டில் கிடைக்கும் கிழங்கு, கனிகள், தேன், அணில், மலை எலி, நத்தை, மீன், நண்டு, காட்டுக்கோழி, ஆடு, பன்றி முயல், கருங்குரங்கு, உடும்பு, பாம்பு போன்றவை இவர்களது பிரதான உணவு வகைகளாகும்.

முற்றிலும் காட்டுவாசிகளான இவர்கள் மூலிகை, வேர்கள், மணம் தரும் மலர்கள், கிழங்குகள், தேன், தேன்மெழுகு மற்றும் உபரியான விளைச்சல் பொருள்களை விற்று தங்கள் தேவைகளைப் பூர்த்தி செய்துகொண்டார்கள். பெரும்பாலும் பண்டமாற்று முறை. உப்பு, எண்ணெய், மிளகு, மிளகாய் வற்றல், புளி, நெல், துணிகள், கம்பளி, போர்வை, இரும்பு பொருள்கள் முதலியவற்றைப் பதிலுக்குப் பெற்றுக் கொண்டார்கள்.

★

பழங்கற்காலம், இடைக் கற்காலம், புதிய கற்காலம், வர லாற்றுக் காலம், நாகரிகக் காலம் என மனித இனத்தின் பண் பாட்டு பரிணாமத்தை வரலாற்று ஆய்வாளர்களும், மானுட வியலாரும் சமூகவியலாளரும் அளவிடுகின்றனர். இந்த ஐந்து

காலப் பகுதியிலும் தொன்மை மாறாமல் இன்றும் உலகின் பல இனக்குழுக்கள் சில தீவுகளில், நாடுகளில் மாற்றமின்றி வாழ்ந்து வருகின்றனர்.

இந்தியாவின் தொல்குடியினரான இருளர்கள், தங்களின் பண்பாட்டு எச்சங்களை இன்றளவும் கைவிடவில்லை. சங்க காலத்தில் குறிஞ்சி நிலத்திலும், முல்லை நிலத்திலும் வாழ்ந்த இவர்கள் வேளாண் பெருக்கம் ஏற்பட்டபோது, மருதத்திலும் நெய்தலிலும் வாழ ஆரம்பித்தார்கள். பாலை நிலமாக விளங்கிய வறண்ட இடங்களிலும் தங்கி வாழ்ந்தனர்.

குறிஞ்சியில் வாழ்ந்தவர்களின் தொழில் காட்டுப் பொருள்களை சேகரிப்பது, தேன் சேகரிப்பது, வேட்டை ஆடுவது. முல்லையிலும் இவ்வாறே வாழ்ந்தனர். மருத நிலத்தில் விளைச்சல் செய்து வாழ்ந்து வந்தனர். நெய்தல் நிலத்தில் இருந்தபோது இவர்கள் கடலில் மீன் பிடிக்கவில்லை. ஆமை, நத்தை, நண்டு, முதலை, நிலக்கிழங்குகள் முதலியவற்றைச் சேகரிப்பதில் பெரும் நாட்டம் கொண்டனர். பாலை நிலத்தில் வாழ்ந்தவர்கள். வேட்டையாடுவது, கிழங்கு மற்றும் வறண்ட நிலத்துக்குரிய மூலிகை வகைகளைச் சேகரிப்பதில் ஈடுபட்டனர்.

இருளர்கள் தாமே முன்வந்து காடுகளில் வாழ ஆரம்பிக்கவில்லை. நாடோடி வாழ்க்கையின்போது கூட்டம், கூட்டமாக விரும்பிய இடங்களில் தங்க ஆரம்பித்தார்கள். தங்கிய இடத்துக்கு ஏற்றாற்போல், தங்கள் வாழ்க்கையை மாற்றி யமைத்துக்கொண்டார்கள். உணவுத் தேவை ஏற்பட்டபோது இருப்பிடங்களை மாற்ற அவர்கள் தயக்கம் காட்டவில்லை.

வாழும் இடங்கள், பயிர் செய்யும் நிலங்கள், காட்டுப் பொருள்கள், கடல் செல்வங்கள் அனைத்தும் பொதுவில் வைக்கப்பட்டன. இது என்னுடையது அது உன்னுடையது என்னும் பாகப் பிரிவினைகள் வழக்கத்தில் இல்லை. அதற்கான தேவையும் அவர்களுக்கு இல்லை, குழுவாகத் திரிந்தார்கள். குழுவாக உணவு சேகரித்தார்கள். குழுவாகச் சமைத்துச் சாப்பிட்டார்கள். குழுவாகப் படுத்து உறங்கினார்கள்.

பிறகு சிற்றரசுகள் தோன்றின. பிறகு பேரரசு. நாணயங்கள் வெளியிடப்பட்டன. நிர்வாகம் அமல்படுத்தப்பட்டது. அனைவரும் அரசாங்கத்துக்குக் கட்டுப்பட்டவர்களாக மாறினார்கள்.

அரசே பிரதானம். அரசரே தெய்வம். அரசாங்கம் ஒரு புனித அமைப்பு. அரசு எதைச் சொல்கிறதோ அதைச் செய்யவேண்டும். அதை மட்டுமே.

இது ஒரு புறம். மற்றொரு பக்கம் பழங்குடிகள் தங்கள் வாழ்க்கை முறையை மாற்றிக்கொள்ளாமல் இயல்பாக வாழ்ந்துவந்தனர். பண்டமாற்று முறையில் தங்கள் தேவைகளைப் பூர்த்தி செய்துகொண்டார்கள். அரசாங்கம் அது பாட்டுக்கு இயங்கிக் கொள்ளட்டும் நாங்கள் எங்கள் வழியில் செல்கிறோம் என்றார்கள் பழங்குடிகள்.

அரசாங்கம் குறுக்கிட்டது. நிலப்பகுதிகள் விரிவுப்படுத்தப் பட்டன. பரவியிருக்கும் செல்வாதாரங்களைத் தமது கட்டுப் பாட்டுக்குள் கொண்டு வரும் முயற்சியை ஆரம்பித்து வைத்தது அரசு. இதனால் கும்பல் கும்பலாக மக்கள் தங்கள் நிலங்களை விட்டு வெளியேற வேண்டிய நிலை ஏற்பட்டது. அதிகம் பாதிப்படைந்தவர்கள் பழங்குடிகளே. எங்கு செல்வது என்று தெரியாமல் குழம்பி நின்றார்கள் அவர்கள்.

வெவ்வேறு சமவெளிப் பகுதிகளுக்குக் குடியேறி பார்த்தார்கள். அவர்கள் எங்கு சென்றாலும் பின்தொடர்ந்தது அரசுப் படை. 'இங்கு அனுமதியில்லை. உடனடியாக வெளியேறிவிடுங்கள்.' ஆண்களும் பெண்களும் குழந்தைகளும் முதியவர்களும் வெளியேறினார்கள். குழுவாக. எங்கு சென்றாலும் குழுவாகவே செல்லும் இயல்பு அவர்களுடையது. நிறைய யோசித்துவிட்டு இறுதியாகக் காட்டுப் பகுதியைத் தேர்ந்தெடுத்தார்கள்.

அச்சுறுத்தும் விலங்கினங்கள் இருக்கும். பாம்புகள் ஊர்ந்து செல்லும். குழந்தைகளை வைத்துக்கொண்டு குடித்தனம் நடத்துவது சிரமம். பல்வேறு வகையான விஷப் பூச்சிகள். மழை புயல் வெள்ளம் வந்தால் ஒதுங்கமுடியாது. யானைகள், இருப்பிடங்களைத் துவம்சம் செய்யும். பாதகமில்லை. காட்டுக்கு வெளியே மனிதர்கள். காட்டுக்குள் விலங்குகள். நாகரிக மனிதர்களோடு ஒன்றிப்போக முடியவில்லை. துரத்தியடிக்கிறார்கள். விலங்குகள் எவ்வளவோ பரவாயில்லை. பழகிக்கொள்ளலாம். அல்லது பழக்கப்படுத்திக்கொள்ளலாம். உயிர் போகும் வரை வாழ்ந்து பார்த்து விடலாமே?

இருளர்களின் காட்டு வாழ்க்கை இப்படி ஆரம்பமானதுதான். வனத்தில் சென்று வசிக்கவேண்டும் என்னும் வேண்டுதல்

எல்லாம் அவர்களிடம் இல்லை. விரும்பி காட்டு வாழ்க்கையை அவர்கள் ஏற்றுக்கொள்ளவில்லை. அவர்களுக்கு இருந்த ஒரே வாய்ப்பு அது மட்டுமே. ஓடிப்போ அல்லது செத்து மடி. எனவே ஓடிப்போனார்கள்.

இருளர்கள் மாத்திரமல்ல. பழங்குடிகள் அனைவருக்கும் பொதுவான உண்மை இது. இந்தியாவில் மட்டுமல்ல, உலகம் எங்கும் உள்ள பழங்குடிகள் காடுகளை நாடிச் சென்றதற்கு இதுவே காரணம். காட்டு வாழ்க்கையை அவர்கள் பழக்கிக் கொள்ளவில்லை. அது ஒரு நிர்ப்பந்தம். பாம்பு பிடிக்கவேண்டும் கீரியைப் பிடிக்கவேண்டும் எலிக்கறி சாப்பிடவேண்டும் என்னும் பெரும் அவா கிடையாது அவர்களுக்கு.

வெந்ததைத் தின்று வாழ்க்கையை ஓட்டியாகவேண்டிய சூழல். அப்படித்தான் வாழ முடிந்தது அவர்களால். அப்படித்தான் வாழ்ந்தார்கள் அவர்கள். நாகரிக உலகமே வேண்டாம் என்று தங்களைத் தாங்களே சிறைக்குள் வைத்து அவர்கள் பூட்டிக் கொண்டதற்கும் இதுவே காரணம். எப்போது யார் என்ன செய்வார்களோ என்னும் அச்சம் அவர்கள் உடலின் ஒவ்வோர் அணுவிலும் பரவியிருக்கிறது. இது மனித குலத்தின் அவலம் அல்லவா? ஒரு சமூகத்தை விரட்டிவிட்டுதான் மற்றொரு சமூகம் வாழ்ந்தாகமுடியும் என்பது எத்தனை பெரிய மோசடி?

இத்தனையும் செய்துவிட்டு அவர்கள் நாடோடிகள் நாகரிகம் அற்றவர்கள். அவர்களுக்குப் படிப்பறிவு கிடையாது. அசுத்த மானவர்கள். அவர்கள் அரை மனிதர்கள் மட்டுமே போன்ற குற்றச்சாட்டுகளையும் கூசாமல் நம்மால் முன்வைக்க முடிந்ததை என்ன சொல்ல?

★

விதிக்கப்பட்டதை ஏற்றுக்கொண்டார்கள் இருளர்கள். காட்டு வாழ்க்கையைப் பழகிக்கொண்டார்கள். தங்களுக்கென்று இருந்த அடையாளங்களை விடாப்பிடியாகப் பிடித்து நிறுத்திக் கொண்டார்கள். தங்களுக்கென்று ஒரு பண்பாட்டை வளர்த் தெடுத்துக்கொண்டார்கள்.

சில முக்கியத் தீர்மானங்களையும் தங்களுக்குள் அவர்கள் ஏற்படுத்திக்கொண்டார்கள். எந்த நிலையிலும் பிறரிடம் கையேந்தக் கூடாது. எந்த நிலையிலும் பிறர் பொருள்களைக்

கொள்ளையடிக்கக் கூடாது. நம்மை பிறர் சுரண்டுவதுபோல் நாம் பிறரைச் சுரண்டி வாழலாகாது. தெய்வத்தின் மீது நம்பிக்கை வைப்போம். கன்னிதெய்வம் நம்மை வழிகாட்டும். நம்மை வாழ வைக்கும்.

நிலங்கள் எவருடைய உரிமையாகவும் இல்லாமல் விளங்கிய காலத்தில் அதனைப் பண்படுத்தி வேளாண்மை செய்பவராகவும் நிலங்களைவிட்டு அவர்கள் துரத்தப்பட்ட பின் இயற்கைப் பொருள்களைச் சார்ந்து வாழ்பவராகவும் இருளர்கள் விளங்கினர்.

தாங்கள் சாகுபடி செய்த நிலத்தை பிறர் அபகரித்து அதிலேயே மீண்டும் இவர்களை உழைக்க பணித்தபோது, இருளர்கள் மறுத்தனர். சொந்த நிலத்தில் கூலி வேலை செய்ய இவர்கள் மனம் இடம் தரவில்லை. அதனால், மறுத்தனர். இந்த நிலை இன்றும் நிலவுகிறது. இருளர்கள் பிறர் நிலத்தில் கூலி விவசாயம் செய்ய மாட்டார்கள். அவர்களுக்குக் கிடைத்த கசப்பான அனுபவங்களே இதற்குக் காரணம்.

பிறருடைய நிலங்களில் வேலை செய்யமாட்டோம் என்று இருளர்கள் தொடர்ந்து மறுத்து வருவதற்கு மற்றொரு காரணமும் உண்டு, இருளர்கள் தங்கள் மூதாதையர்களை நிலப்பகுதியில் புதைத்து சவக்குழிகளின் மீது நடுகற்கள் அமைப்பது வழக்கம். இந்த நடுகற்களை அவர்கள் மிகுந்த மரியாதையுடனும் பக்தியுடனும் வணங்கி வந்தனர்.

நிலத்தைக் கலப்பைகொண்டு உழும் வழக்கமும் அவர்களிடம் இல்லை. கைகளால் மண்வெட்டி கொண்டே நிலத்தைப் பண்படுத்துவார்கள். புனித பூமி. மூதாதையர்கள் உறைந்து கிடக்கும் இடம். கால்களைப் பதித்து ஏர் கொண்டு கீறுவது அவர்களை சிறுமைப்படுத்தும் செயல் அல்லவா?

இருளர்களிடம் இருந்து நிலங்கள் கைப்பற்றப்பட்டபோது, இந்த நடுகற்கள் பிடுங்கி எறியப்பட்டன. ஏர் பூட்டி நிலம் உழப் பட்டது. இருளர்களால் இந்த வேதனையைத் தாங்கிக்கொள்ள முடியவில்லை. காசு தருகிறோம் வருகிறாயா என்று நில உடைமையாளர்கள் கேட்டபோது, வேதனையையும் கோபத் தையும் மறைத்துக்கொண்டார்கள். முடியாது என்று ஒற்றை வார்த்தையில் பதில் கூறி அனுப்பி வைத்தார்கள்.

நிலைமை மாறிவிட்டது என்று இருளர்களுக்குத் தெரியும். புதிய வாழ்க்கை முறையை ஏற்றுக்கொள்ளவேண்டிய கட்டாயத்தையும் அவர்கள் உணர்ந்தே இருந்தனர். காலத்தோடு ஒட்டி வாழவேண்டியதன் அவசியத்தையும் அவர்கள் அனுபவபூர்வமாக, அடிபட்டு, உதைபட்டு கற்றே வைத்திருந்தனர். என்றாலும் சுயமரியாதையை அடகு வைத்து காசு பணம் சம்பாதிக்க அவர்கள் மனம் ஒப்பவில்லை.

★

இருளர்கள் காடுகளுக்குள் மறைந்து வாழ மற்றும் ஓர் அதிர்ச்சிக் காரணமும் உண்டு. கல்வி - சிந்தனையற்ற ஒடுக்கப்பட்ட மக்களைக் கூட்டம் கூட்டமாகப் பிடித்து அடிமைகளாக்கும் முறை அரசர்கள் ஆண்டுவந்த தமிழகத்தில் இருந்து வந்தது. அவர்களுக்குப் போர் வீரர்கள் தேவைப்பட்டார்கள். நிலத்தில் வேலை செய்ய பணியாள்கள் தேவைப்பட்டார்கள். அடிமைகள்தான் சிறந்த வழி என்று முடிவு செய்தார்கள். அடிமை வாணிகம் சூடு பிடித்தது.

கவனிக்கவும். நாகரிக சமூகங்களின் எழுச்சிக் காலத்தில் நிகழ்ந்த கொடுமைதான் இது. அடிமை வாணிகம் தொடர்பான செய்திகள் எதுவும் சங்க இலக்கியத்தில் இல்லை. சாதிய முறைகள் அமலுக்கு வந்தபிறகு ஏற்பட்ட மாற்றம் இது. ஓர் இனக்குழு மற்றோர் இனக்குழுவை அடிமைப்படுத்தலாம் என்னும் கருத்தாக்கம் வலுப்பெற்றதால் ஏற்பட்ட விளைவு.

வேறு வழியின்றி இருளர்கள் காடுகளுக்குக் குடிபெயர்ந்தார்கள். ஆனாலும் எல்லோராலும் தப்பிச் செல்ல முடியவில்லை. சிலர் வாணிபர்களால் சிறைப்பிடிக்கப்பட்டனர். அடிமைகளாக மாற்றியமைக்கப்பட்டனர். ஆனால் இதுபற்றிய வலுவான ஆதாரங்களோ ஆவணங்களோ நம்மிடம் இல்லை. ஆனால், ஆள்காரன், குடிப்பறையன், அடியாள், பண்ணையாள், படியாள், சோபல் என்ற பெயர்களில் கொத்தடிமைகள் இன்றும் தமிழகத்தின் பல்வேறு பகுதிகளில் இருப்பதைக் காணலாம்.

●

சிற்றரசுகள், பேரரசுகள் தோன்றும் முன்பு ஆரியர் போன்ற இனக்குழுக்கள் இந்தியாவில் நுழையும் முன்பே இங்கு நாகரிக வாழ்கை நடத்தியவர்கள் பழங்குடிகள். தொடக்கத்தில்

ஆரியர்கள் தஸ்யுக்கள் (பழங்குடி திராவிட இனம்) என இரு சாதிகள் மட்டுமே இருந்தன. தஸ்யுக்களைப் பற்றி இழித்துக் கூறப்படும் பல கூற்றுக்களையும், செய்திகளையும் முற்றிலும் நம்பிவிட முடியாது. அவை வென்றோர் தோற்றோரைப் பற்றிக் கூறும் கூற்றுக்கள். பழிச்சொற்கள்.

தோற்ற தஸ்யுக்கள் அடிமைகளாயினர். ஆயினும் அவர்களில் பலர் தப்ப முயன்று தொலைவிலுள்ள உள்நாட்டுப் பகுதி களுக்குச் சென்றுவிட்டனர். அங்கு சென்று தங்கள் பண்டைய சமய பழக்கவழக்கங்களைத் தொடர்ந்து மேற்கொண்டு வாழ்ந்து வந்தனர். இந்த முயற்சி தென் இந்தியாவில்தான் பெரிய அளவு வெற்றி பெற்றது.

காடுகளில் இருளர்கள் மட்டுமே வாழவில்லை. பிற பழங்குடி களான ஆதியன், ஆரநாடன், காணிக்காரன், காணியன், காட்டு நாயக்கன், குறிச்சன், மலையாளி, முதுவன், ஊராளி, வலையர், வேடர் என்று பலரும் உடன் இணைந்து வாழ்ந்து வந்தனர். காட்டுப் பொருள்களைச் சேகரித்து விற்று இவர்கள் வாழ்க்கை நடத்தினார்கள்.

இவ்வாறு தங்கள் தனித் தன்மையைப் பாதுகாக்க காடுகளுக்குச் சென்ற பழங்குடியினர் காலப்போக்கில் அவரவர் செய்த தொழில் முறையாலும் தொழில் சார்ந்த பண்பாட்டாலும் பலவாறாக அடையாளப்படுத்தப்பட்டனர். தமிழகத்தில் வாழ்ந்த பழங்குடி இன மக்களின் பெருங்கூட்டத்தை பதினென் குடிகளாக இலக்கியங்கள் குறிப்பிடுகின்றன. ஒரு சுருக்கமான அறிமுகம் இதோ:

ஆவியர் : வேட்டையாடுவது தொழில். மலைகளில் நிலத்தைப் பண்படுத்தி வேளாண்மையும் செய்தவர்கள். தனி இனக் குழுவாக பொதினி மலையில் திரண்டு வாழ்ந்தவர்கள். தமிழ் அரசர்களில் பேகன் குறிப்பிடத்தக்க வேளிர் அரசன். அவர் தலைமையில் இவர்கள் வாழ்ந்தவர்கள்.

ஆயர் : கால்நடைகளைப் பேணுவது, பால் மற்றும் பால் சார்ந்த பண்டங்களை இதர குடிகளுக்கு வழங்குவது இவர்களுக்குத் தொழில். இவர்கள் குறிப்பிட்ட இடத்தில் தங்குவதில்லை. மேய்ச்சல் நிலங்களைத் தேடி அவ்வப்போது இடம்பெயர் வார்கள்.

ஆண்டார் : வேளிர் மறக்குடி இனத்தவர்கள். இவர்களை உடையோர் என்றும் தேவர் என்றும் பிற்காலத்தில் அழைக்க ஆரம்பித்தனர்.

ஓவியர் : பிற இனக்குழுக்களுக்குத் தேவையான மண்கலம் செய்வது, புதை குழிகளுக்குத் தேவையான தாழிகளைச் செய்வது இவர்கள் வேலை. காலப்போக்கில் உலோகக் கருவிகளின் வருகைக்குப் பிறகு இவர்களின் தொழில் மாற்றம் பெற்றது. பாத்திரங்கள், அணிகலன்கள், போர்க்கருவிகள், சிற்பங்கள் ஆகியவற்றை உருவாக்க ஆரம்பித்தனர். ஓவியம் தீட்டுவதிலும் திறமையானவர்கள்.

கள்வர் : நடுவுநிலையாளர்கள். வேட்டையிலும் ஈடுபடுவார்கள்.

கடம்பர் : முரட்டுத்தனமுள்ள குட்டை இனத்தினர் (பிக்மிக்கள்).

குடவர் : மேற்கு மலைத்தொடர் முழுவதிலும் வாழ்ந்த இனம்.

குறவர்: வலை விரித்து பறவை பிடிப்போர். மலைப் பொருள் சேகரிப்பார்கள். கூடை முடைவார்கள். பாம்பு பிடிப்பார்கள்.

கொங்கர் : மலையில் உள்ள வாசனைப் பொருள் சேகரிப்பது, தேன் எடுப்பது தொழில். கொங்கு மலையில் வாழ்வோர்.

கோசர்: வீரக்குடியினர், போர் வீரர்கள்.

புலையர் : இதர சமூகங்களுக்குத் தேவையான பாத அணிகள் தயாரிப்பவர்கள். கால்நடைகளைப் பராமரிப்பார்கள், நீரிறைக்கும் தோல் கருவிகள் செய்வார்கள். பாடலிசைக்கும் பாணர்களுக்குத் தோல்கருவி செய்து தருபவர்கள் இவர்களே.

புலியர் : சோழநாட்டு குன்றுகளில் வாழ்ந்தவர்களும் பின்னர் தோன்றிய தொண்டை நாட்டுக்குள் வாழ்ந்த பழங்குடியினருக்கும் வழங்கப்படும் பொதுப்பெயர். இவர்களும் வேடர்களே.

மலையர் : குரங்கு இனங்களைக் குறிப்பாகக் கருங்குரங்குகளை விரும்பி உண்பவர்கள். மலை இனத்தவர். மரம் வெட்டுவது, வீடு கட்ட மூங்கில் வெட்டுவது இவர்கள் தொழிலாகும்.

மறவர் : மலையில் வாழும் வேடர், வேடு, வேடன் எனும் இவர்கள் குழி, அம்புகளைக்கொண்டு வேட்டை ஆடுவதும்

கொடிய விலங்குகளை மக்கள் வாழிடத்திலிருந்து துரத்துவதும் கொல்வதும் இவர்களது தொழில்.

வில்லோர்: வில் கொண்டு வேட்டைத் தொழில் புரியும் இனம்.

பழையர் : வேளாண்மை செய்வதும், அரசு உருவாக்குவதும் இவர்கள் தொழில். பழையர் என்பது பண்டையராக மருவி பின்னர் பாண்டியர் ஆக மாற்றம் பெற்றது. பழையரே பாண்டியர்கள் என்று சொல்பவர்களும் உண்டு.

வேளிர் : இனக்குழுக்களை ஒன்றிணைத்து ஆண்ட அரசர்களின் பொதுப்பெயர்.

மேற்காணும் இந்தப் பதினெட்டு குடிகளுக்குள் தொழில் முறை யால் புவிசார்ந்த நிலையில் ஒவ்வோர் இனக் குழுவும் ஒன்றையொன்று சார்ந்து வாழ்ந்தனர். காலப்போக்கில் சில இனங்கள் தங்களுக்குள் ஒன்றுசேர்ந்தன. கலந்தவற்றுள் சிலவற்றுக்குள் உள்பிரிவுகளும் தோன்றின. பொதுவான ஓர் அடையாளம் தேவை என்பதால் குலப்பெயர் சூட்டப்பட்டது.

வேடர் தொழில் புரிந்தவர்கள் இருளர் என்ற பொதுப் பெயரால் அழைக்கப்பட்டனர். வெல்லன், பூசாலி, பூசாரி, காடு பூசாரி, கல் கட்டி, குறுநாக, பேராது, சம்பே, தேவனே, கொடுவே போன்ற குலவழிகள் நாளடைவில் உருவாயின.

★

பழங்குடிகள் தவிர்த்து பிற இன மக்கள் பல்வேறு படிநிலை மாற்றங்களுக்கு உட்பட்டனர். மொழி, உணவு, தொழில், கருவிகளைக் கையாள்வதில் நாட்டம் என்று பல்வேறு முன்னேற்றங்களை அவர்கள் அடைந்தனர். ஆனால் இவற்றில் எதுவொன்றும் பழங்குடிகளை எட்டவில்லை.

எட்டும் தொலைவில் அவர்கள் இல்லை என்பது ஒரு காரணம். நாடிச் சென்று இந்த மாற்றங்களை அவர்களுக்கு எடுத்துக் கூறி அரவணைத்துக்கொள்ள யாரும் தயாராக இல்லை என்பது மற்றொரு காரணம். இதனால் நாகரிக மக்கள், நாகரிகம் அற்ற மக்கள் என்னும் இரு பெரும் பிரிவுகள் தோன்றின. இந்த இரு பிரிவினருக்கும் இடையிலான இடைவெளி பன்மடங்கு பெருக ஆரம்பித்தது.

பொருளாதார உயர்வும் போதிய கல்வியும் இவர்களை எட்ட வில்லை. இதன் தொடர்ச்சியாக முற்றிலும் நாகரிக காலத்தில், நாகரிகம் படைத்த இனக்குழுக்களிடமிருந்து அஞ்சி விலகினர். அவர்கள் வாழும் பகுதிகளுக்கு இவர்களும் செல்லவில்லை. இவர்களும் நாகரிக மக்களைத் தங்கள் பகுதிக்குள் நுழையவிட வில்லை. இதனால் அடிக்கடி மோதல்கள் ஏற்பட்டன.

அரசர்களின் ஆட்சிக்காலம் ஏற்பட்டபோது, இனங்கள் பலவும் ஒரு சமூகமாக வாழ ஆரம்பித்தன. பழங்குடிகள் உழைக்க நிலங்களுக்கு வந்தனர். சில இனங்கள் ஒன்றுடன் ஒன்று கலந்தன. சில இனங்கள் கலப்பில்லாமல் தனித்து நின்றனர். தனித்து நிற்பது காலப்போக்கில் இயலாத நிலையில் தங்களின் தொன்மையான பண்பாட்டைப் பழக்க வழக்கத்தை மாற்றிக் கொள்ள விரும்பாமல் மீண்டும் மறைவிடமான காடுகளுக்குச் சென்றனர்.

இப்படிச் சென்றவர்கள் சிறுசிறு கூட்டமாகவும், தனித்த இனக் குழுவாகவும் வாழத் தலைப்பட்டனர். இந்த நிலை பாலக்காட்டு கணவாய் தொடங்கி, கிழக்கு மலைத்தொடர் இடையே நீலகிரி, மேற்கு மலைத்தொடரின் எல்லையான துளுவ நாடு எனும் மங்களூர்க்காடு வரையிலும் நீடித்தது. ஆங்காங்கு இவர்கள் வாழ்ந்தாலும் தங்களின் பழைமையான பண்பாட்டை இழக்காமல் பாதுகாத்துக் கொண்டனர்.

இருளர்கள் இதில் முதன்மையானவர்கள். பழங்குடிகள் பொது வில் கொடுந்தமிழில்தான் தங்கள் தொடர்புகளை வளர்த்துக் கொண்டனர். காலப்போக்கில் உருவான தெலுங்கு மொழி வேங்கடமலை மற்றும் இன்றைய கோனேரிக் குப்பம் என வழங்கப்படும் முந்தைய தொண்டை மண்டலத்தின் எல்லை யான வடபெண்ணையாறு வரை பரவி வாழ்ந்த இருளர் களிடமும் செல்வாக்கு பெற்றது. அதனால் அவர்களின் உச்சரிப்பில் தெலுங்கு கலந்தது. அதேபோல்தான் கன்னட மும். பாலக்காட்டு கணவாயில் இருந்த காணிக்காரர் உள் ளிட்ட வேடர் இனத்தினர் மலையாளம் கலந்த தமிழ் உச்சரிப்பைப் பழக்கப்படுத்திக்கொண்டனர். தமிழ் மொழி இலக்கியவளம் பெற்ற ஒரு மொழியாக உருவான கட்டத்தின் போதும் இருளரின் மொழி உச்சரிப்பு மாறவில்லை. இதனால் அவர்கள் தனிமைப்பட்டனர்.

சீந்தில் வலையர் என்பவர்கள் இருளர்களைப் போன்றவர்கள். பல்லக்குச் சுமக்கவும் அரிசி குத்தித் தரவும் இவர்கள் வாணிபர் களால் அடிமைப்படுத்தப்பட்டனர். விட்டால் போதும் என்று காடுகளில் வந்து தஞ்சமடைந்தார்கள் சீந்தில் வலையர்கள். இவர்கள் முதலில் சென்றது வேதாரண்யக் காடுகளுக்குள்.

இவர்களுக்குப் பயிரிடத் தெரியாது. அதனால் கைகளாலேயே மீன்பிடிப்பார்கள். அவற்றுடன் பழங்கள், பாகற்காய், காட்டுச் சுள்ளி போன்றவற்றைச் சேகரித்து நகர்ப்புறம் சென்று விற்பார்கள். சொற்பமான தொகையில் எப்போதாவது அரிசிச் சோறு உண்பார்கள். மின்னிக் கிழங்கு, வள்ளிக் கிழங்கு, கோவைக்காய், சீந்திக் கொடி, நந்நாரி வேர், பாச்சித்திக் கீரை, முசுட்டைக் கீரை, கோவைக் கீரை, மின்னக் கீரை, காறங்கீரை, குன்றிமணிக் கொட்டை, துரடிப்பழம், வாப்பிலாப் பழம், கிளாப் பழம் முதலியவற்றை உண்ண ஆரம்பித்தனர்.

காட்டு வாழ்க்கைக்கு ஏற்றவாறு தங்களைத் தகவமைத்துக் கொண்டார்கள். எனவேதான் இவர்களால் தொடர்ந்து வாழ்க்கை நடத்த முடிகிறது. எந்த அளவுக்கு அவர்கள் வளைந்து போகிறார்கள் என்பதற்கு இது ஓர் உதாரணம். காட்டில் கிடைக் கும் கோலிவரன் கொட்டை, பூனைக் காய்ச்சிக் கொட்டை போன்ற விஷத்தன்மை பொருந்திய கொட்டைகளைச் சேகரிக்கிறார்கள். பின்னர் அவற்றை உரலில் இட்டு மாவாக இடிப்பார்கள். இடித்த மாவில் நீர் ஊற்றினால் மஞ்சள் நிறத்தில் நீர் மாறும். இது விஷம். இதனை மட்டும் தனியே பிரித்தெடுத்து விடுவார்கள். பிறகு, இரண்டு மூன்றுமுறை மாவுடன் நீர் கலந்து விஷம் பிரிப்பார்கள். பின்னர், இந்த மாவுடன் உப்பு அல்லது சர்க்கரை கலந்து சாப்பிடுவார்கள்.

இதேபோல், சீந்திக் கொடியை முருங்கைபோல் சிறிது சிறிதாக வெட்டி நீருடன் வேக வைப்பார்கள். மேல் தோல் மரவள்ளிக் கிழங்கு தோல் போல் கழன்றுவிடும். பின்னர் இதனைப் பனங் கிழங்கு மெல்வதுபோல் மென்று சக்கையைத் துப்பிவிடு வார்கள்.

உணவுப் பஞ்சம். கிடைத்ததைச் சாப்பிட்டாகவேண்டும். தவிரவும் அவ்வப்போது ஏற்படும் இயற்கைச் சீற்றங்கள் பழங்குடிகளை வேரோடு சாய்த்துவிடுகின்றன. மீண்டெழுந்து வருவது சாமானியமான வேலை அல்ல. யார் வருவார்கள்

காப்பாற்ற? யார் அளிப்பார்கள் உணவு? முள்ளம்பன்றி கிடைத்தால்கூட அடித்து சாப்பிடவேண்டியதுதான்.

★

ஆஸ்திரேலியா மற்றும் அமெரிக்க நாடுகளில் பழங்குடி இனங்கள் மீது தொடுக்கப்பட்ட அக்கிரமங்கள் ரத்த அத்தியாயங்களாகச் சரித்திரத்தில் பதிவாகியுள்ளன. அமெரிக்க செவ்விந்தியர்கள் காடுகளுக்குள் விரட்டியடிக்கப்பட்டார்கள். எண்ணிக்கையில் அடங்காத வகையில் கொல்லப்பட்டார்கள்.

நாடு பிடிக்கும் பேராசையில் புறப்பட்ட கொலம்பஸ் போன்ற கடல் மாலுமிகள் ஆக்கிரமிக்கப்பட்ட பிரதேசங்களில் நிறைந்திருந்த ஆதிவாசிகளைக் கொன்றொழித்தனர். அடிமைப்படுத்தினர். வஞ்சகமாக அவர்களிடம் இருந்த பொன், பொருள்களை அபகரித்துக்கொண்டனர். பெண்களை பாலியல் பலாத்காரத்துக்கு ஆட்படுத்தினார்கள்.

வெள்ளைத் தோலுள்ளவர்கள் ஆளப்பிறந்தவர்கள். கறுப்புத் தோலுள்ளவர்கள் அடங்கி நடப்பவர்கள் என்ற வெள்ளை இனப்பாகுபாடு, வெறியோடு நடைமுறைப்படுத்தப்பட்டது. பழங்குடிகளைக் கொல்வது சட்டத்துக்கு உட்பட்டதுதான் என்று அரசாங்கங்கள் ஏற்றுக்கொண்டன. பழங்குடிகள் பொல்லாதவர்கள் நர மாமிசம் சாப்பிடக்கூடியவர்கள் போன்ற தவறான வதந்திகள் பரப்பிவிடப்பட்டன.

குரங்கிலிருந்து மனிதன் தோன்றினான் என்னும் அறிவியல் உண்மையை அறிவித்தவர் சார்லஸ் டார்வின். பரிணாம வளர்ச்சி தத்துவத்தின் தந்தை. அமீபாவில் இருந்து அவர் தன் ஆய்வைத் தொடங்கினார். அவர் கடைசியாகக் கண் வைத்தது ஆஸ்திரேலிய நிக்ரிட்டோ பிக்மி குட்டை இனத்தின் மீதுதான். மனிதரை உயிரோடும் சவமாகவும் ஆய்வு செய்யும் ஆய்வுக்கூடங்கள் இன்று வல்லரசாக அறியப்படும் பல நாடுகளில் அப்போது நடைமுறையில் இருந்தன. இந்த ஆய்வுகளில் ஆயிரக்கணக்கான பழங்குடி இன மக்களின் உடல்கள் பாகம் பாகமாகப் பிரித்துப் போடப்பட்டன. பழங்குடிகளின் உயிருக்கு மதிப்பு உண்டா என்ன?

உலகின் பிரபலமான உடற்கூறு இயல் ஆய்வாளர் சர் ரிச்சர்ட் ஓவன், மானுடவியல் ஆய்வாளர்களான ஆர்தர் கெய்த்தும்

சார்லஸ் டார்வினும்கூட பிரிட்டிஷ் மியூசியத்திடம் உடல் மாதிரிகள் கேட்டு விண்ணப்பித்திருக்கிறார்கள். அவர்களுக் காகவே ஒரு கப்பலில் பத்தாயிரம் மனித உடல்களின் எலும்பும், ஊறுகாய் போல் பதப்படுத்திய மூளைப் பகுதியும் ஆய்வுக்கு வந்து சேர்ந்தன.

பழங்குடிகள் என்றால் விலங்குகள் என்பதுதான் இதிலிருந்து நாம் கிரகித்துக்கொள்ளவேண்டிய கேவலமான உண்மை. ஆஸ்திரேலியாவில் அருங்காட்சியகம் ஒன்றை நிர்வகித்து வந்த எட்வர்ட் ராம் சே *(1874-1894)* என்பவர், கண்ணாடிப் பெட்டிக்குள் பழங்குடி இன மக்களின் உடல் பாகங்களையும் பதப்படுத்திய உடல்களையும் வைத்து விலங்குகள் என்று குறித்து வைத்திருந்தார். அதுமட்டுமல்ல பழங்குடிகளை எப்படி உடல் சேதமில்லாமல் ஆய்வுக்காகத் தோட்டாவால் சுடுவதற் கென்றே உத்தரவும் தருவாராம். பழங்குடி மக்களை சுட்டுக் கொன்று அவர்கள் உடலை சாம்பிளாகக் கொண்டு வந்து தருவார்களாம்.

அமாலியா டெய்ட்ரிச் என்னும் பெண் ஆய்வாளர் பரிணாமத் தத்துவத்தை ஆராய கறுப்பின மக்களின் உடல்களை சாம்பிளாகக் கேட்டுப் பெறுவாராம். இப்படிப் பலமுறை கேட்டுப் பெற்று ஆய்வுகள் நடத்தியிருக்கிறாராம். கொலை வியாபாரிகள் இவருக்குச் செல்லமாக ஒரு பெயர் வைத்திருக்கிறார்கள். ஏஞ்செல் ஆஃப் பிளாக் டெத்.

இவர் கேட்டுக்கொண்டதற்கு இணங்க 45 பழங்குடிகளைத் தலையைச் சீவிக் கொன்று உடல்களை அளித்திருக்கிறார்கள். இறந்தவர்களின் தோல், தலை முடி உள்ளிட்ட பாகங்கள் தனித்தனியே சேகரிக்கப்பட்டன.

அறிவியல் என்னும் பெயரில் கண்டம் விட்டு கண்டம் வந்து மனிதர்களைப் பிடித்துச் சென்று கொல்லும் ஆய்வாளர்களைப் பற்றிப் பழங்குடிகள் நன்கு அறிந்திருந்தனர். ஆகவேதான் புதிதாக யாரைப் பார்த்தாலும் ஓடி ஒளிந்துகொள்வதை வழக்கமாக வைத்திருந்தார்கள். இந்தப் பயம் அவர்கள் உடல் முழுவதும் பரவி நிரந்தரமாகப் பதிந்துவிட்டது.

11
உரிமைப் போராட்டங்கள்

கி.பி.1927 பிரிட்டிஷார் ஆட்சியில் கிளர்ந்து எழுகின்ற மக்களை, குறிப்பாக பழங்குடிகளை, அடக்க ஒரு சட்டம் கொண்டுவரப்பட்டது. அந்தச் சட்டம் சி.டி. ஆக்ட் என்று அழைக்கப்பட்டது. குற்றத் தடுப்புச் சட்டம் என்றும் ரேகைச் சட்டம் என்றும்கூட அது அழைக்கப்பட்டது. தடாலடியான சில முடிவு களை இந்தச் சட்டம் வெளியிட்டது. குறிப்பிட்ட பழங்குடி இனத்தைச் சேர்ந்தவர்கள் குற்றம் இழைக்கும் பரம்பரையைச் சேர்ந்தவர்கள் என்று அறிவிக்கப்பட்டது. ஒருவர் இருவர் என்றில்லை. அந்த இனத்தில் தோன்றிய அனைவரும் அப்போது பிறந்த குழந்தை உள்பட அனைவரும் குற்றவாளி களாகக் கருதப்படுவார்கள்.

இருளர்கள் மீது அப்படியொரு குற்றச்சாட்டை சுமத்தியது பிரிட்டிஷ் அரசு. பிரபலமான மானுடவி யல் நூல்களிலும் எட்கர் தர்ஸ்டனின் தென்னிந்திய குடிகளும் குலங்களும் என்ற நூலிலும் இருளர்கள் உள்ளிட்ட பழங்குடிகள் குற்றப் பரம்பரையைச் சேர்ந்தவர்களாகவே குறிப்பிடப்பட்டுள்ளனர்.

இதன் விளைவாக, இருளர்கள் தமது சொந்த குடி யிருப்பில் வாழ முடியாத நிலைக்குத் தள்ளப்

பட்டனர். பலர் ஓடி ஒளிந்தனர். ஆயிரக்கணக்கானோர் தற்கொலை செய்து கொண்டனர்.

வடக்கு நல்லூர் வில்லியர் காலனியில் வசிக்கும் ஆர்.தங்கவேலு இந்தப் போராட்டக் காலத்தை இப்படி நினைவுகூர்கிறார். சென்னைத் தொலைக்காட்சியில் பணிபுரிந்து ஓய்வுபெற்றவர் இவர்.

'அது ஒரு கசப்பான காலகட்டம். 1927-ல் கொண்டுவரப்பட்ட கறுப்புச் சட்டம் மிகவும் கொடூரமானது. இருளர்களின் சுதந்தரத்தையும் தன்மானத்தையும் அது தட்டிப் பறித்தது. இன்றுபோல் பரவலாகக் காவல் நிலையங்கள் அன்றில்லை. எங்கள் ஊரிலிருந்து பொன்னேரிக்குத்தான் போக வேண்டும். அந்தச் சட்டப்படி தினசரி போலீஸ் ஸ்டேஷனில் உள்ள பெயர் பதிவேட்டில் நாங்கள் கைநாட்டு வைக்க வேண்டும். அதுமட்டு மல்ல, இரவு நேரங்களில் போலீஸ் கண்காணிப்பில் அங்கேயே இருக்கவேண்டும். காலையில்தான் வெளியே விடுவார்கள்.

'இருளர்கள் படிப்பறிவு இல்லாத அப்பாவிகள். வேறு யாரா வது, தவறு செய்தாலும் இருளரைப் போலியாக அதில் சேர்த்து கோர்ட்டில் நிற்கவைக்கும் கொடுமையும் நடக்கும். இதனால் மனமுடைந்து பலர் தற்கொலை செய்துகொண்டுள்ளனர். மீறி யாராவது ஓரிருவர் இரவில் ஸ்டேஷனுக்கு வரவில்லை என்றால் தேடிப்பிடித்து லாக்கப்பில் வைப்பார்கள். அதைவிடக் கொடுமை அந்த இரவில் எங்காவது திருட்டு நடந்திருந்தாலும் அந்தப் பழியை எங்கள் மீது சுமத்தவும் போலீஸ் தயங்காது.

இப்படிப் பல கொடுமைகளில் இருந்து எங்கள் இனத்தைப் பாது காக்க அன்றைய சென்னை மாகாணம் முழுவதும் அதாவது இன்றைய தமிழ்நாடு, ஆந்திரம், கர்நாடகம், கேரளா உள்பட ஊர் ஊராகச் சென்று மக்களை ஒருங்கிணைத்தோம். தீவிரமான பிரசாரத்தை முன்னெடுத்துச் சென்றோம். கல்வியின் அவசி யத்தை உணரச் செய்தோம். குழந்தைகள் பள்ளியில் சேர்க்கப் படவேண்டும் என்று கோஷம் எழுப்பினோம். படிப்பறிவு இல்லாத காரணத்தால்தானே எங்கள் இனம் ஒடுக்கப்படுகிறது? அதனால்தானே இந்தத் திருட்டுப் பட்டம்?

நாகரிக சமூகத்தில் எங்கள் இன மக்கள் ஒழுங்காக உடைகள் அணியக்கூட வசதியில்லாமல் இருந்தனர். திருப்பதிக்கு அருகில்

இருந்த பகுதியில் பத்துக்கும் மேற்பட்ட குடும்பத்தினர் இலைகளை மட்டும் சேர்த்துக்கட்டி அணிந்து வலம் வந்துகெண்டிருந்தனர். அதாவது நிர்வாணமாக.

காட்டில் சுதந்தரமாக வாழலாம் என்றால் அதற்கும் தடை. எங்கள் நிலங்கள் அபகரிக்கப்பட்டுவிட்டன. மிகக் கடுமையான போலீஸ் கெடுபிடி.

போராடினால்தான் வாழ்க்கை என்னும் நிலை. எங்கள் உரிமைப்போராட்டம் இப்படி ஆரம்பமானதுதான். 1944-ம் ஆண்டு தென்னிந்திய ஆதிவாசிகள் சேவர் சங்கத்தை பொன்னேரியில் துரைநெல்லூர் கிராமத்தில் தொடங்கினோம்.

ஒருபுறம் சுதந்தரப் போராட்டம் கனல்விட்டு எரிந்தது. எங்கள் பிரச்னை அதையும்விட பெரியது. தமிழ்நாடு முழுவதுமாக கேரளா, ஆந்திரா, கர்நாடகம் உள்ளிட்ட இடங்களிலிருந்து இருளர்கள் திரளாக சென்னைக்கு அருகில் சயனாவரம் என்னும் கிராமத்தில் ஒன்றுசேர்ந்தோம். 14.10.1944 அன்று அன்றைய மேல்சபை உறுப்பினர் பி.ஆர்.கே.சர்மா மற்றும் பாரிஸ்டர் டி.எஸ்.ராமானுஜம் மற்றும் தேசிய போராட்டத்தில் ஈடுபட்டிருந்த தியாகிகளை வரவழைத்து எங்கள் பிரச்னைகளை வலியுறுத்தி முதல் கூட்டம் நடத்தினோம். அதன்பின்னர் சென்னை மாகாணத்தில் வசிக்கும் ஒவ்வோர் இருளர் இடத்துக்கும் சென்று பிரசாரம் செய்து, அவர்களை ஒரு குடையின் கீழ் திரட்டினோம்.

சுதந்தரப் போராட்டத்திலும் ஈடுபட்டோம். எங்களால் இயன்ற உதவிகளைப் போராளிகளுக்கு அளித்துக்கொண்டிருந்தோம். தோழர் ஜீவா தலைமறைவாக இருந்தபோது, இங்குதான் (வடக்கு நல்லூர்) எங்களுடன் தங்கியிருந்தார். அந்த ஆறுமாதமும் நாங்கள் அவரை கண்ணுக்குள் மணியாகப் பொத்திப் பாதுகாத்தோம். எனக்கும் வேறு சிலருக்கும் மட்டும்தான் அவர் யாரென்று தெரியும். கந்தலான ஒரு வேட்டி, முண்டா பனியன், தலைப்பாகை கட்டி இருளர்களைப் போலவே எளிமையாக இருப்பார் அவர். அதனால் யாருக்கும் அவர் மீது சந்தேகம் ஏற்படவில்லை.

காலையில் வெளியில் புறப்பட்டுப் போவார். இருட்டிய பின் வருவார். எங்கே போகிறார், என்ன செய்கிறார் என்பது தெரியாது. சாப்பாடு தந்தால் சாப்பிடுவார். ஆறுமாதம் அவரைத் தேடி

ஒரு போலீஸூம் இங்கு வரவில்லை. கம்யூனிஸ்ட்டுகள் சிலருக்கு மட்டுமே அவர் இங்கு இருப்பது தெரியும்.

ஒருநாள் காலை ஜீவா பொன்னேரிக்குச் சென்றார். அடிக்கடி அவர் அங்கு வருவதை மோப்பம் பிடித்த உளவுப்பிரிவினர், பொறிவைத்துக் காத்திருந்தனர். ஜீவா சிக்கிக்கொண்டார். அன்று முழுவதும் நாங்கள் துக்கமாகவே இருந்தோம். அதெல்லாம் ஒரு காலம். அதன்பிறகுதான் நாங்கள் சங்கம் தொடங்கினோம்.

மூதறிஞர் ராஜாஜிக்கு அவர்களுக்கு இருளர்கள் மீது தனி அக்கறையுண்டு. அவர்கள் வீட்டிலேயே எங்களவர்கள் சிலர் வேலை செய்து வந்தனர்.

கி.பி.1946-ம் ஆண்டு ஜனவரி மாதம் முப்பத்தியோராம் நாள் காந்தி சென்னைக்கு வந்திருந்தார். அவர் தியாகராய நகர் இந்தி பிரச்சார சபாவில் தங்கினார். நாங்கள் அவரைப் பார்க்க விரும்பினோம். ஒரு பேரணியாகச் செல்ல முடிவு செய்தோம். கைரேகை பதிவுச் சட்டம் உச்சத்தில் இருந்த சமயம் அது.

வயது வந்த இருளர்கள் கைரேகை பதிவு செய்ய வேண்டும் என்ற கெடுபிடி அதிகமானது. இதை ஒரு தேசியப் பிரச்னையாக்கி தீர்வுகாண காந்தியால் முடியும் என்பதால், ஒரு கோரிக்கை மனுவை தயார் செய்தோம். பெரம்பூரிலிருந்து ஆயிரம் பேர் நடந்தே பாம்பு, கீரி, குரங்கு, எலிகளைப் பிடித்தபடி வில் அம்புகளுடன் இருளர் பேரணியாக தியாகராய நகர் ராஜாஜி வீட்டுக்குச் சென்றோம். அங்கிருந்து அவர் தலைமையில் காந்தியைச் சென்று சந்தித்து மனு அளித்தோம். ராஜாஜி பெரிதும் உதவினார்.

எங்கள் சங்கம் தீவிர சுற்றுப்பயணத்தில் இறங்கியது. தொடர்ந்து விடாப்பிடியாகப் போராடினோம். 12.11.1946-ல் காங்கிரஸ் மாகாண கட்சியின் வற்புறுத்தலால் ஒரு விசாரணைக் குழு ஏற்படுத்தியது. வென்னில் கட்டி ராஜவைய்யா என்கிற ஏனாதி ராகவய்யா தலைமையில் வி.சுப்பராயன், காவல்துறை தலைவர் ஐயப்பன், எழும்பூர் தொல்லியல் துறை கண்காணிப்பாளர் முத்துராமலிங்கத் தேவர், எல்.என்.ராவ், தாதாச்சாரி, காளப்பா, பி.எஸ்.மூர்த்தி முதலானோரின் குழு, முதன்முதலாகத் தன் விசாரணையை சயனாவரம் (பொன்னேரி) கிராமத்தில்தான் நடத்தியது. மூன்றாயிரம் இருளர்கள் திரண்டிருந்து அக்குழுவை

எங்கள் செயலாளர் பெருமாள் தலைமையில் சந்தித்து எங்கள் கோரிக்கைகளைக் கூறினோம்.

பழங்குடி இனமக்கள் அரசு புறம்போக்கு நிலத்தில் விவசாயம் செய்யவும், வீடுகளைக் கட்டிக் கொள்ளவும், சாலைவசதி, கழிப்பிட வசதி, மின்வசதி பெறவும் பெருமளவு போராடினோம். எங்கள் நிலைமை அப்படியொன்றும் பெரிதாக மாறிவிடவில்லை. எங்களுக்கென்று வழங்கப்பட்ட நிலங்கள் ஆவணங்களில் எங்கள் பெயர் இருந்தும் மற்றவர்கள் அதைக் கைப்பற்றி அனுபவித்த கொடுமை அன்றும் நடந்தது. இன்றும் நடக்கிறது.

7.4.1951-ஆம் ஆண்டு அகில இந்தியப் பழங்குடி மக்கள் தலைவர் பாபு ராஜேந்திர பிரசாத் கிண்டி கவர்னர் மாளிகைக்கு வந்திருந்தார். அவரை எங்கள் மாகாண தலைவர்களுடன் நேரில் சந்தித்தோம். அவருக்கு எங்கள் சங்கம் சார்பில் காட்டு அணில்கள், தேன், கிழங்கு, வில், அம்பு வலைகளை நினைவுப் பரிசாகத் தந்தோம்.

பழங்குடி இருளர்கள் தேனெடுக்க காட்டுக்குள் செல்ல வனத் துறையினர் ஆங்காங்கே தடை செய்தார்கள். இதைக் கண்டித் தோம். அத்துடன் 1955-ம் ஆண்டு அனுமந்த புத்தேரியில் அரசின் சார்பில் பழங்குடிகள் காலனி அமைத்தனர். இதை அன்றைய முதல்வர் ஆந்திர கேசரி பிரகாசம் திறந்து வைக்க வந்தார். அவரிடம் தேன் சேகரிக்க உள்ள தடைகளைக் கூறினோம். தேன் சேகரிப்பது இருளரின் தொழில் அதைத் தடை செய்யக் கூடாது என்று சொன்னதுடன் தேனை அவரே வந்தவர்களுக்கும் கொடுத்தார்.

1957-ம் ஆண்டு சிறு வேடல் எனும் கிராமத்தில் பழங்குடியினரின் மாநாடு நடந்தது. அதில் அன்றைய தாழ்த்தப்பட்டோர் பழங்குடி நலவாரிய இயக்குனர். முத்திருளாண்டி ஐ.ஏ.எஸ். அவர்களும், செங்கற்பட்டு கலெக்டர் எ.வெங்கடேசன் ஐ.ஏ.எஸ். அன்றைய சட்டமன்ற உறுப்பினர் எ.எஸ்.துரைசாமி ரெட்டியார் உள்பட பலர் கலந்து கொண்டனர்.

பிறரைப்போல் தங்களையும் இயல்பாக வாழச் செய்திட இருளர்கள், அந்நாளில் இருளர்கள் பட்ட வேதனை மிகக் கொடுமையானது. அரசுக்கு எதிராகப் போர்க்கொடி உயர்த்தச் செய்தது. இந்தத் தொடர் போராட்டங்களால் குற்றப்பரம்பரைச்

சட்டம் ரேகைச் சட்டப் பிரிவிலிருந்து நீக்கப்பட்டது. அதாவது இந்திய சுதந்தரத்துக்குப் பிறகு. அது நீங்கிய பின்தான் காடுகளில் இருந்து பலரும் பிழைப்புக்காக நகரம் நோக்கி கீழிறங்கினர். இனி எல்லாம் சுகமே என்று இருக்கமுடியவில்லை எங்களால். எங்களது ஒரு போராட்டம் வெற்றி பெற்றுள்ளது. போராடிப் பெறுவதற்கு இன்னமும் பல விஷயங்கள் பாக்கி இருக்கின்றன என்றுதான் நாங்கள் கருதவேண்டியிருந்தது.

7.5.1958 அன்று ஒரு கவன ஈர்ப்பு மாநாட்டை சென்னை வியாசர்பாடியில் பழங்குடி மக்கள் நல்வாழ்வு மாநாட்டை நடத்தினோம். பழங்குடி மக்களின் குறைகள், கல்வியின் தேவை, வேலைவாய்ப்பில் தனிச்சலுகை போன்ற கோரிக்கை களைப் பட்டியலிட்டோம். இந்த மாநாட்டில் கக்கன், தாரா செரியன் உள்ளிட்டோர் கலந்து கொண்டனர். அங்கு நிறை வேறிய பல தீர்மானங்கள் தேசிய அளவில் பழங்குடி மக்கள் தொடர்பான திட்டங்களில் ஏற்கப்பட்டன.

10.11.1964-இல் குண்டூரில் அகில இந்தியப் பழங்குடி மக்கள் மாநாடு நடந்தது. அதில் இருளர்களின் வரலாற்றை எடுத்துக்கூறி அவர்களது பழைமையான பண்பாட்டை ஆதாரத்துடன் அரசுக்கு நினைவுபடுத்தினோம். அன்றைய அகில இந்திய காங்கிரஸ் தலைவர் காமராஜரிடமும் நேரில் முறையிட்டோம்.

1966-ல் உண்ணாவிரதப் போராட்டம் நடத்தினோம். தரிசு நிலங்களை கூட்டுப் பண்ணை விவசாயம் செய்ய அரசு எங்களுக்கு வழங்கவேண்டும் என்று கோரிக்கை வைத்தோம். தகுந்த சாதிச் சான்றிதழ் வழங்கவேண்டும் என்பதும் எங்க ளுடைய முக்கியக் கோரிக்கையாகும். இன்று வரை இது கோரிக்கை அளவிலேயே இருக்கிறது.

சில நல்ல மாற்றங்களும் ஏற்பட்டிருக்கின்றன. எங்கள் கோரிக்கையின் அடிப்படையில் பழங்குடி மாணவர்களுக்கு விடுதிகள், பள்ளிக்கூடம் போன்றவை ஏற்படுத்தப்பட்டன. இன்றுள்ள விடுதிகள் பலவும் அவ்வாறு உருவானவைதான்' என்றார் தங்கவேல்.

அதே ஊரில் பத்தாவது வரை படித்துள்ள பாண்டுரங்கன் என்ற இளைஞர், வருத்தம் தோய்ந்த குரலில் தனது ஆதங்கத்தைப் பகிர்ந்துகொண்டார்.

'எங்கள் பிரச்னை என்னவென்று அரசுக்கு நன்றாகவே தெரியும். ஆனாலும் சாதி சான்றிதழ் தர தாமதப்படுத்துகிறார்கள். எல்லோருக்கும் மிகச் சுலபத்தில் கிடைத்துவிடும் சங்கதிகளைக்கூட நாங்கள் போராடியே பெறவேண்டியுள்ளது. இங்குள்ள இளைஞர்கள் விளையாட்டில் அதிக ஆர்வம் ஆர்வமாக இருந்தாலும் தேவையான உபகரணங்கள் இல்லாமல் சிரமப்படுகிறார்கள். என்ன செய்வது?'

வடக்கு நல்லூர் ஊராட்சி சோழாவரம் ஒன்றியத்துக்கு உட்பட்டது இந்த ஊராட்சி. இதன் தலைவர் ஆர்.கந்தன் எனும் இளங்கலை பட்டதாரியான இருளர். அரசியல் அதிகாரம்தான் எங்கள் இனத்தின் நல்வாழ்வுக்கு அடிப்படையாகும். எங்கள் ஊரின் சகல பிரச்னைகளும் உடனடியாக ஊராட்சி நிர்வாகத்தால் சரிசெய்யப்படுகின்றன. இன்று எங்கள் முன்னுள்ள பிரச்னையே - சான்றிதழ் மற்றும் வேலைவாய்ப்புதான். இதற்கான முன் முயற்சிகளைத் தற்போது மேற்கொண்டு வருகிறோம். முன்புபோல இருளர் யாரும் பாம்பு, கீரி, அணில் பிடிக்கப் போவதில்லை. தொழிற்சாலைகளில், விவசாய நிலங்களில் சுற்றுப்புறத்தில் வேலை பார்க்கிறார்கள். நாங்கள் விரைவாக மாறிக்கொண்டிருக்கிறோம். அரசு தனிக்கவனம் செலுத்தினால் எங்கள் வளர்ச்சி மேலும் வேகமாகும்' என்கிறார்.

இங்குள்ள இருளர்கள்தாம் முதன்முறையாகத் தங்களுக்காக உரிமை முழக்கம் செய்து, சங்கம் அமைத்தார்கள். இன்று தமிழகத்தில் பழங்குடிகளுக்கென்றும், இருளர்களுக்கென்றும் நிறைய சங்கங்கள் ஆங்காங்கே தொடங்கப்பட்டிருக்கின்றன. அரசின் கவனம் போதிய அளவுக்கு இவர்கள் பக்கம் திரும்பவில்லை என்பதுதான் இந்தச் சங்கத்தினரின் ஆதங்கம். அவ்வாறு ஒரு மாற்றம் நிகழ்ந்தால் அது தங்கள் வாழ்க்கையை அடியோடு மாற்றிவிடும் என்கிறார்கள் நம்பிக்கை மினுமினுக்கும் கண்களுடன்.

12
போராட்டம் தொடர்கிறது

பழங்குடிகளின் கடந்த கால வரலாறு நீண்டது. நெடியது. எண்ணற்ற போராட்டங்கள் நிறைந்தது. எனில் அவர்களுடைய தற்போதைய நிலைமை மாறிவிட்டது என்று அர்த்தமா?

கிடையாது. வாழ்வாதாரம் தேடி அவர்கள் நடத்தும் போராட்டம் எப்போது முடியும் என்னும் கேள்விக்கு ஒருவரிடமும் பதிலில்லை.

1981-ம் ஆண்டு நடத்தப்பட்ட மக்கள்தொகை கணக்கெடுப்பின்படி, இந்தியாவில் மொத்தம் 563 பழங்குடி இனங்கள் உள்ளன. மொத்த மக்கள் தொகை எண்ணிக்கை 5,16,28,638. இவர்களில் 2,21,000 பேர் இருளர்கள்.

இப்படிச் சொல்பவர்களும் உண்டு, இருளர்களின் தற்போதைய நிலைக்குக் காரணம் அவர்களே. பிறரைக் குற்றம் சொல்லி பலனில்லை. அவர்களுக்காக மத்திய அரசு பல்வேறு சிறப்பு சலுகைகளை அளித்துள்ளது, பழங்குடிகள் சிறப்பு சலுகைகள் பெற சாசன சட்டம் 46, 342 வழி செய்கிறது. சிறப்பு இட ஒதுக்கீடு பெற 244, 275, 330, 332, 334 போன்றவை வழி செய்கிறது.

அதைப் போன்றே 335-வது விதி வேலைக்கான உறுதிப் பாட்டைக் கூறுகிறது. இவற்றைச் சரியாகப் பயன்படுத்திக் கொண்டாலே போதும். ஆனால் உண்மையில் நடப்பதென்ன? இருளர்களில் படித்தவர்கள் மிகவும் அரிதானவர்கள். ஆகவே அவர்களால் இந்தச் சலுகைகளைப் பற்றிய விவரங்களை அறியமுடியவில்லை.

இவர்களின் வறுமை நிலையைப் பயன்படுத்தி சிலர் கொத்து கொத்தாக அவர்களைப் பிடித்துச் சென்று அடிமைகளைப் போல் வேலை வாங்குவது இன்றளவும் தொடரும் கொடூரம். ஆனால், இன்றையத் தேதி வரை ஒருவரையும் காவல்துறை தண்டித்ததில்லை. மலைகளுக்கு அருகிலும் ஓடைகளுக்கு அருகிலும் தங்கியிருந்த இருளர்கள் விரட்டியடிக்கப்பட்டு, அவர்கள் நிலம் சுற்றுலாத் தலமாக மாற்றப்படுகிறது. அல்லது வசதி படைத்தோரின் பிரத்தியேகச் சொத்தாக அந்த நிலங்கள் கைமாற்றப்படுகின்றன. இருளர்களின் குடியிருப்புகள் பண்ணைகளாகவும் காபி தோட்டங்களாகவும் விடுதிகளாகவும் மாறிவிட்டன.

இருளர்கள் காடுகளில் அலைந்து சேகரிக்கும் மூலிகைகள், தழைகள், சுண்டைக் காய், கடுக்காய், கொய்யா, தேன் போன்ற பொருள்களை இடைத்தரகர்கள் உள்புகுந்து குறைந்த விலையில் கொள்முதல் செய்து கொள்ளை லாபம் சம்பாதிக்கிறார்கள். வர்த்தக ரீதியான விவகாரங்களில் இருளர்கள் பின்தங்கி யிருப்பதையே இது சுட்டிக்காட்டுகிறது.

அரசாங்கம் தலையிட்டு சில மாற்றங்களைக் கொண்டுவந்தால் மட்டுமே இருளர்களின் நிலை முன்னேற்றம் அடையும். அரசு பனை வாரியம் போலவே வனத்துறை சார்பில் காடு பொருள்கள், மலைவாழ் பழங்குடி இனத்தவர்களிடம் நேரடியாகக் கொள் முதல் செய்து உரிய விலைக்கு விற்க ஏற்பாடு செய்யலாம். அல்லது இவர்களைக் கொண்டே கூட்டுறவு சங்கம் அமைக்கலாம். காதி நிறுவனம் வாயிலாக உழவர் சந்தைபோல விற்க ஏற்பாடு செய்யலாம்.

பழங்குடி மக்களிடமிருந்து பழங்குடி அல்லாதவர்கள் பதிவு செய்துள்ள நிலங்களை உடனடியாகப் பறிமுதல் செய்து உரியவர்களுக்குத் திருப்பித்தர வேண்டும். நிச்சயம் இது அசலான பத்திரமாக இருக்கமுடியாது. வஞ்சகமாக ஏமாற்றி

வாங்கப்பட்ட ஒப்பந்தமாகவே அது இருக்கும். காரணம், பழங்குடிகள் நிலத்தை பிறருக்கு விற்கமாட்டார்கள். ஆனால், நிலத்தின் மீது கடன் பெறுவார்கள்.

இதைச் சாக்காக வைத்து பத்திரங்களில் மோசடி நடப்பதுண்டு. கிராம நிர்வாகிகளின் துணையுடன் சிலர் வளமிக்க நிலங்களாகப் பார்த்து அபகரித்துக்கொண்டுவிடுகிறார்கள். இப்படிப்பட்ட முறைகேடுகள் நடப்பது வனத்துறைக்கும் தெரிந்திருக்கிறது என்பது அதிர்ச்சியளிக்கும் உண்மை.

நில மீட்புக்கு முன்னால் செய்யவேண்டிய காரியம் ஒன்று உண்டு. இருளர்களையும் வனங்களையும் தனித்தனியே பிரிக்க முடியாது. அது உடலையும் இதயத்தையும் தனியாகப் பிரித் தெடுப்பதற்குச் சமமானது. ஆனால் நடந்துகொண்டிருப்பது என்னவோ அதுதான். உணவு வகைகள் சேகரிக்க இருளர்கள் வனப்பிரதேசத்துக்குள் நுழைந்தால், அவர்கள் வனத்துறை அதிகாரிகளால் தடுத்து நிறுத்தப்படுகிறார்கள். அனுமதி மறுக்கப்படுகிறது.

இருளர்களைப் பெரிதும் பாதிக்கும் வாழ்வாதாரப் பிரச்னை இது. இதைத் தவிர்க்க ஒரே வழி இருளர்களுக்கும் பழங்குடிகளுக்கும் அடையாள அட்டையை அளிப்பதுதான். வனப்பாதுகாப்புச் சட்டம் என்னும் பெயரில் அவர்களை ஒடுக்கும் நடவடிக்கை களை உடனடியாக மறுசீரமைப்புக்கு உட்படுத்த வேண்டும்.

அரசாங்கம் அளிக்கும் சலுகைகளில் சில, எப்படிப் பயனற்றுப் போகின்றன என்பதற்கு இது ஓர் உதாரணம். விழுப்புரம் கல்வராயன் மலையில் இருளர், மலைக்குறவர் உள்ளிட்ட பழங்குடிகள் வசிக்கிறார்கள். அந்த மாணவர்கள் பலரால் பள்ளி சென்று மேற்கல்வியைத் தொடர முடியவில்லை. காரணம், அவர்களிடம் இனச் சான்றிதழ் இல்லை. பத்தாம் வகுப்பின் போதே அதற்கான தேவை முளைத்துவிடுகிறது. சான்றிதழ் பெற உரிய அலுவலகத்துக்குச் சென்றால் அங்கே பதிலில்லை.

உங்களைப் பார்த்தால் பழங்குடிகள் போலவே தெரிய வில்லையே என்று சொல்லி திரும்ப அனுப்பிவிடுகிறார்கள். அதிகாரிகளின் எதிர்பார்ப்பு என்னவென்றால் பழங்குடி என்று சொல்லி விண்ணப்பிக்கும் ஒருவரின் நடை, உடை அனைத்தும் வித்தியாசமாக இருக்கவேண்டும். நம்பும்படியான தோற்றத்தை

ஏற்படுத்தவேண்டும். சிறிதும் மாறிவிடாத பழைமைவாதியாக அவர்கள் தோற்றமளிக்கவேண்டும். முடிந்தால் வில் அம்புடன்.

அதிகாரிகள் விரும்பும் தோற்றத்தை ஏற்படுத்துவதில் தோல்வி கண்ட இருளர் இன இளைஞர்கள் ஆட்டோ ஓட்டவும் ஹோட்டல்களில் எடுபிடி வேலை செய்யவும் சென்றுவிடு கிறார்கள். ஐ.ஐ.டி., ஐ.ஐ.எம்., பொறியியல், மருத்துவம் உள்ளிட்ட துறைகளில் பழங்குடிகளுக்கென்று தனியாக இடங்கள் ஒதுக்கப்பட்டாலும்கூட உரிய தமிழர்கள் இல்லை என்னும் காரணத்தால் குறிப்பிட்ட இடங்களில் வேறு மாநிலங்களைச் சேர்ந்த பழங்குடிகள் சேர்க்கப்பட்டுவிடுகிறார்கள்.

தமிழ்ப் பழங்குடிகளின் சாதிச் சான்றுகளை உடனடியாக வழங்கி யாகவேண்டும். இதற்கென்று தனி அமைப்பை ஏற்படுத்துவது அவசியம். சான்றிதழ் இல்லை என்ற ஒரே காரணத்துக்காக, மேற்படிப்பு மறுக்கப்படுவது ஏற்றுக்கொள்ளத்தக்கது அல்ல. இன்னும் ஒரு படி மேலே போய் பழங்குடிகளின் இருப்பிடத் துக்கே சென்று ஆராய்ந்து சான்றிதழ்கள் வழங்கலாம். பழங்குடிகளுக்கான சலுகைகளை வேறு பிரிவினர் தட்டிப் பறிப்பதைத் தடுக்க இந்த நடவடிக்கை உதவும்.

★

சிற்றரசர்கள் காலத்தில் இருந்தே இந்த அபகரிப்புகள் தொடர்ந்து கொண்டிருக்கின்றன. பழங்குடிமக்கள் சிரமப்பட்டு காடுகளில் சேர்த்த பொருள்களைக் கொஞ்சமும் அலட்டிக்கொள்ளாமல் குறைந்த விலையில் பறித்துக்கொண்டு, கப்பலில் ஏற்றி பல நாடுகளுக்கு அனுப்பி செல்வம் சேர்த்தார்கள் அரசர்கள். தங்களுக்குத் தேவையான மதுபானம், துணிகள், விலையுயர்ந்த கற்கள், பொன், பொருள்களைப் பெற்றனர். சந்தேகமே யில்லாமல் இது ஒரு சுரண்டல்.

ஆனால் பண்டைய இலக்கியங்கள் எதுவொன்றும் இந்த அக்கிரமத்தைக் கோடிட்டுக்கூட காட்டவில்லை. மாறாக, பண் டைய தமிழர்களின் வாணிப ஆற்றலை ஆகா ஓஹோவென்று தலையில் தூக்கி வைத்துக்கொண்டு கொண்டாடவே செய்தனர்.

அன்று அரசர்கள், சிற்றரசர்கள். இன்று பெரும் பணக்காரர்கள், சிறு பணக்காரர்கள். காலம் மட்டுமே மாறியிருக்கிறது. காட்சிகள் அப்படி அப்படியே தொடர்கின்றன. சுரண்டல் நின்றபாடில்லை.

இல்லாவிட்டால் அரசு முன்வந்து அளிக்கும் சலுகைகளைக்கூட பெறமுடியாமல் தவிக்கும் நிலை இருளர்கள் உள்ளிட்ட பழங்குடிகளுக்கு ஏற்பட்டிருக்குமா? இடைத்தரகர்கள் அதிகார வர்க்கத்தினரிடம் கைகோத்துக்கொண்டு நடத்தும் முறை கேடுகள் கொடுமையானவை. அவசியம் களையப்பட வேண்டியவை.

இனம் இனத்தைக் காக்கும். வேலி பயிரைக் காக்கும். பழங் குடிகள் மேம்பாட்டுக்காக அமைக்கப்படும் துறைகளில் குறிப்பிட்ட இனத்தைச் சேர்ந்த ஒருவரையே உயர் அதிகாரியாக நியமிக்கலாம். வாய்ப்புகள் சரியான நபர்களுக்கு நிச்சயம் போய்ச் சேரவேண்டும் என்னும் தன்னார்வம் நிச்சயம் இவர்களுக்கு இருக்கும் என்று எதிர்பார்க்கலாம்.

★

இருளர்களும், இந்தியப் பழங்குடிகளும் மாத்திரமே இது போன்ற கொடுமைகளை அனுபவிக்கிறார்கள் என்று நினைத்து விடக் கூடாது. உலகம் எங்கும் உள்ள பழங்குடிகளின் நிலைமை கிட்டத்தட்ட இதுவேதான். பழங்குடிகள் என்றாலே அதிகார மையத்துக்கு இளக்காரம்தான்.

இவர்களுக்குக் குரல் கொடுக்க யாரும் இல்லை. பெரும்பாலும் இவர்களைப் பற்றி வெளியுலகம் அதாவது நாகரிக உலகம் அறிந்துகொள்வதேகூட கிடையாது.

நாடு பிடிக்கும் ஆசை, ஆயுத உற்பத்தி, போர்க்குணம் ஆகியவை மனிதர்களை இயந்திரங்களாக மாற்றிவிட்டன. முதல் உலகப் போரில் பங்குபெற்ற நாடுகள் என்னென்ன என்று நமக்குத் தெரியும். ஒவ்வொரு நாட்டிலும் எத்தனை ஆயிரம் பேர் எத்தனை லட்சம் பேர் போரின் பாதிப்பால் இறந்துபோனார்கள் என்று நமக்குத் தெரியும்.

ஆனால் இதே நாடுகளில் ஒவ்வொரு நாளும் சாலையோரமாக வும் காடுகளிலும் கொல்லப்படும் பழங்குடிகள் பற்றிய புள்ளி விவரங்கள் எங்கும் இல்லை. அவர்களுக்குத் தேவை செல்வம். நிலம். செழுமை. பழங்குடிகளை அகற்றினால் இவை கிடைக்கும் என்னும் நிலையில் அதைச் செய்து பார்க்க அவர்கள் தயங்கவில்லை.

இரண்டாம் உலக யுத்தத்தின் கதை இதைக் காட்டிலும் கோரமானது. அமெரிக்கர்களுக்கும் ஜப்பானியர்களுக்கும் தொழில்நுட்ப யுத்தம் நடந்துகொண்டிருந்தது. நீ பெரியவனா நான் பெரியவனா என்னும் போட்டி. அவர்கள் விளையாடியது அணு ஆயுதத்தை வைத்துக்கொண்டு. ஆயுதங்கள் சரிவர இயங்குகின்றனவா என்பதை எப்படிக் கண்டறிவது?

செவ்விந்தியர்களின் வாழ்விடமான வனப் பகுதிகளை ஆயுதப் பரிசோதனைக்காகப் பயன்படுத்திக்கொண்டது அமெரிக்கா. ஜப்பானும் தன் எல்லையைத் தாண்டி சிறு, சிறு தீவுகளில் வாழ்ந்த பழங்குடி இன மக்கள் நிரம்பிய சாலமோன் தீவுகள், டோங்கா தீவு, மேற்கு சமோவா முதலிய தீவுகளில் ஆபத்தான அணுவெடிகளை வெடித்துப் பார்த்தது. இதன் விளைவாக ஆயிரக்கணக்கான பழங்குடிகள் மடிந்தார்கள். இனம்புரியாத நோய்களுக்கு ஆட்பட்டார்கள்.

கரிகால் சோழன் அணை கட்டியதாக வரலாறு பெருமையோடு கூறும். ஆனால், எத்தனை தொல்பழங்குடிகள் அந்த அணைக் காகத் தங்கள் வாழுமிடத்தை இழந்தனர் என்பது பற்றி தகவல் இல்லை. இன்றும் தொடரும் துயரம் இது. ஒவ்வோர் அணை கட்டப்படும்போதும் ஆற்றங்கரையில் வசிக்கும் பழங்குடிகள் தங்கள் வாழ்நிலத்தை இழக்க நேர்கிறது.

★

பழங்குடி மக்களைப் பாதுகாப்பது உலகின் கடமை என்ற திடீர் ஞானோதயம் ஐ.நா.வுக்கு ஏற்பட்டது. இது நடந்தது 2007-ம் ஆண்டு ஐ.நா. இதன்விளைவாக உலக நாடுகள் ஒன்று கூடி சில முக்கியத் தீர்மானங்களைக் கொண்டு வந்தன. பழங்குடிகளின் மொழி, கலை, வேலைவாய்ப்பு, உடல்நலம், கல்வி முதலிய உரிமைகளைக் காப்போம் என்னும் புதிய விதியை சமைத்தார்கள்.

இந்தத் தீர்மானத்தை 143 நாடுகள் வலுவாக அங்கீகரித்தன. தீர்மானம் நிறைவேறியது.

இந்தத் தீர்மானம் வேண்டாம் என்று எதிர்த்து நின்றவர்களும் உண்டு. அமெரிக்கா, ஆஸ்திரேலியா, கனடா, நியூசிலாந்து ஆகிய நான்கு நாடுகள்தான் அவை.

மொத்தம் எழுபது நாடுகளில் 37 கோடி பழங்குடிகள் வாழ்கின்றனர். இவர்களில் ஒரு பகுதியினர் நாகரிக வாழ்வில் கலந்து கொண்டுவிட்டவர்கள். ஒரு பகுதியினர் ஓரளவுக்கு மாற்றத்தை ஏற்றுக்கொண்டு' பழைமையைப் போற்றி நிற்பவர்கள். மற்றொரு பகுதியினர் நாகரிகத்தின் வாசனையைக்கூட நுகராமல் வனங்களே கதி என்று இருப்பவர்கள். இவர்கள் தங்களுக்குள் பேசும் மொழிகள் மட்டும் சுமார் நான்காயிரத்துக்கும் மேல்.

பிஜு, பாப்புவா நியூ கினியா, சாலமன் தீவு, குவின்ஸ்லாந்து, அந்தமான், இந்தியா, நிக்கோபார், டோங்கா, ஜாவா தீவுகள், மேற்கு சமோவா என்று உலகம் முழுவதும் உள்ள பழங்குடிகள் பல்வேறு பிரச்னைகளைச் சந்தித்து வருகிறார்கள். வறுமை சில சமயம் அவர்களை வன்முறைப் பாதைக்குத் தூண்டிவிடுகிறது.

ஓர் உதாரணம் மட்டும் இங்கே. இந்தியாவில் உள்ள சாந்தல்கள் இயல்பிலேயே சாதுவானவர்கள். 1810-ம் ஆண்டு இவர்கள் நிலம் ஜமீன்தாரர்களால் ஆக்கிரமிக்கப்பட்டது. நிலத்தை இழந்தவர்கள் இடம் பெயர்ந்தார்கள். காடுகளுக்குள் சென்று காடு திருத்தி கழனியாக்கினர். அங்கு மீண்டும் ஜமீன்தார்கள் வந்து மறுபடியும் அந்த நிலத்தையும் ஆக்கிரமித்தனர். சாந்தல்கள் அங்கிருந்து சென்று கங்கை நதி பொங்கிப் பாயும் சமவெளி நிலத்தைப் பண்படுத்தி விவசாயம் செய்தனர். அறுவடை நேரத்தில் ஜமீன்தார்கள் மீண்டும் நிலத்தை ஆக்கிரமிக்க வந்தார்கள். வறுமை அம்மக்களை வாட்டியது. வேறு வழியின்றி கடனில் மூழ்கினார்கள்.

உழைப்பு வீண். வட்டி கொடுத்து கட்டுப்படியாகவில்லை. நிலமும் ஆக்கிரமிக்கப்பட்டாகிவிட்டது. என்னதான் செய்வது? கோபமும் ஆத்திரமும் பொங்கி வந்தது. சாதுதான். ஆனால் மிரண்டுவிட்டார்கள். ஜமீன்தார்களையும், வட்டிக்கடன் தந்தவர்களையும் ஓட ஓட விரட்டினார்கள். 1811 முதல் 1855 வரை உறுதியுடனும் உத்வேகத்துடனும் நடைபெற்றது இவர்களது போராட்டம்.

13
புதிய கலாசாரம்

1966-ம் ஆண்டு புகழ்மிக்க வரலாற்றாசிரியர் ரொமிலா தாப்பர், தான் எழுதிய நூலில் Veddoide பிரிவைச் சேர்ந்த தொன்மையான பழங்குடி மக்களே இந்தியப் பண்பாட்டின் அடித்தளம் என்று குறிப்பிட்டுள்ளார். நாகரிகத்தின் தொடக்கக் கால முன்னோர்கள் என்று அவர் குறிப்பிடுவது இந்தப் பிரிவினரைத்தான். இந்தியா முழுவதும் இவர்கள் பரவியிருந்தார்கள். இலங்கை மற்றும் இதர தீவுகளிலும் இனக்குழுக்களாக வசித்து வந்தார்கள். ஈழத்து வேடர், தமிழகத்து காடர், வேடர், பழையர், மலைப்பண்டாரம், இருளர் என்று இவர்கள் அழைக்கப்பட்டார்கள்.

இருளர்கள் உள்ளிட்ட திராவிட மற்றும் வெடோய்ட் இன மக்கள், எத்தனை பழைமையானவர்கள் என்பதைப் புரிந்துகொள்ள ரொமிலா தாப்பரின் இந்தக் குறிப்பு உதவும்.

பழைய இனக்குழுவான இருளர் சமூகம், தாய்வழிச் சமூகமாகவே பரிணமித்துள்ளது. இன்றும் அதன் சமூகப் பழக்க வழக்கங்களில் வழிபாடுகளில் அதன் தாக்கம் மாறாமல், விலகாமல் நிலவுகிறது. சிறிய சிறிய விஷயங்களில்கூட இதைப் பார்க்கமுடியும்.

உதாரணத்துக்குச் சமையலறை பாத்திரங்கள். சுரைக்குடுவை தான் இவர்களது சேமிக்கும் பாத்திரம். நகர வாழ்வின் தாக்கத்தால் புதிய, புதிய பாத்திரங்கள் பயன்பாட்டுக்கு வந்து விட்ட பிறகும் இருளர்கள் சுரைக்குடுவையை விடுவதாக இல்லை.

தேன் சேகரிக்கவும், விதைத்தானியம் போட்டு வைக்கவும் சுரைக்குடுவையை இருளர்கள் பயன்படுத்தினார்கள், சுரைக் குடுவையின் இருபுறமும் ஓட்டையிட்டு இசைக்கருவியாக உருமாற்றினார்கள். இதைத்தான் மகுடி என்று நாம் அழைக்கின்றோம்,

இருளர்களின் உணவு முறைகளில் ஏன் இத்தனை விசித்திரம்? தினை, வரகு, மூங்கிலரிசி, நெல்லரிசி போன்றவற்றோடு சேர்த்து விநோதமான இறைச்சி வகைகளை ஏன் இவர்கள் உணவில் சேர்த்துக்கொள்கிறார்கள்? காட்டில் வேறு எதுவும் கிடைக்காது என்பது மட்டும்தான் காரணமா? கிடையாது. சமநிலப்பகுதிகளிலும் விளைச்சல் நிலங்களிலும் அவ்வப்போது ஏற்படும் கடும் வறட்சியே அவர்களை இந்நிலைக்குத் தள்ளியது. வேண்டுகிற உணவுகளைப் பெற முடியாது, கிடைத்த வற்றை உணவாக்கிக்கொண்டால்தான் பிழைக்கமுடியும்.

தமிழ் நிலப்பரப்பில் கி.பி.1201-ம் ஆண்டு மிகப்பெரிய பஞ்சம் ஏற்பட்டு லட்சக்கணக்கான மக்கள் பசிக்கொடுமைக்கு பலியாகியிருக்கின்றனர், பஞ்சம், வறுமை, வறட்சி காரணமாக பலவீனமான அரசுகள் மீது தாக்குதல் தொடுத்து, பல புதிய ஆட்சிகள் மலர்ந்துள்ளன. பின்னர் வெள்ளையரிடம் நாடு முழுமையாகச் சிக்கியபோது, 18-19-ம் நூற்றாண்டில் கடுமையான பஞ்சம் மீண்டும் இந்தியா முழுவதையும் வாட்டி எடுத்தது. 18-19-ம் நூற்றாண்டை பஞ்ச நூற்றாண்டு என்றும் கூறலாம்.

19-ம் நூற்றாண்டில் மட்டும், முப்பத்தியோரு முறை பஞ்சம் ஏற்பட்டதாகக் கூறப்படுகிறது. இரண்டரை கோடிப் பேர் வரை இறந்துள்ளனர். ஆப்பிரிக்க சோமாலியா போன்றதொரு நிலை இங்கு தோன்றியுள்ளது. கி.பி.1815 முதல் 1900 வரை ஆண்டுக்குப் பத்து லட்சம் பேர், நாளுக்கு 2880 பேர் பட்டினியால் இறந்துள்ளனர். அதாவது மணிக்கு 120 பேர். ஒரு நிமிடத்துக்கு இருவர்.

இதுபோன்ற பட்டினிச் சாவில் சிக்காமலிருக்க இருளர்கள் காடு, மலைகளில் உள்ள விளைச்சல் தானியங்களையும் காய் கனிகளையும் தவிர்த்து சிறு சிறு உயிரினங்களைத் தங்கள் உணவுப் பட்டியலில் சேர்த்துக்கொண்டனர்.

பின்னாளில் இந்த உணவுப்பழக்கமே இருளர்களைப் பிறரிட மிருந்து தனிமைப்படுத்தியது. கண்ட கண்ட உயிரினங்களைச் சாப்பிடுபவர்கள் என்னும் அவப்பெயரும் இவர்களுக்கு வந்து சேர்ந்தது. பல்வேறு அடக்குமுறைகளும், அடிமை வாணிப மும், ஆய்வுகள் என்ற பெயரால் உயிர்க்கொலைகளும் நிகழ்த்தப்பட்டன.

தங்களை ஒதுக்கிய சமூகத்தை இருளர்களும் ஒரு வகையில் ஒதுக்கி வைத்துள்ளனர் என்றுதான் சொல்லவேண்டும். இந்த நவீன மனிதர்களின் நாகரிகம் நமக்கு வேண்டாம் என்று இவர்கள் முடிவுசெய்தனர். அதேசமயம் தங்கள் தனித்துவமான அடையாளத்தை எப்பொழுதும் உயிர்ப்புடன் வைத்திருக்க வேண்டும் என்றும் விரும்பினார்கள். இதனால், இருளர்களின் வாழ்க்கை பிற சமூகத்தினரிடம் இருந்து பல நூற்றாண்டு காலம் பின் தள்ளப்பட்டதாக இருக்கிறது.

★

இருளர்களுக்கு எந்த வகையிலாவது உதவவேண்டும் அவர் களது வாழ்க்கைத் தரம் உயரவேண்டும் என்னும் பரிவும் சிந்தனையும் சில சிந்தனையாளர்களிடம் பரவிவருவது வரவேற்கத்தக்கது.

உலக அளவில் 1945-ம் ஆண்டு தோன்றிய ஐக்கிய நாட்டுப் பேரவை, உலகின் தொன்மைக்குடி மக்களின் வாழ்வாதாரங் களை உறுதிப்படுத்தும் பொருட்டு உறுப்பு நாடுகள் உள்ளிட்ட இதர நாடுகள் மீது வலுவான விதிமுறைகளை விதித்தது. இது பலன் அளித்தது. பழங்குடி மக்கள் சமூக அக்கறையோடு பார்க்கப்பட்டனர்.

எனினும் வலுவானதே தன்னை நிலைப்படுத்திக்கொள்ளும் என்ற கோட்பாட்டின்படி, சிறுபான்மையாக மாறிப்போன பல பழங்குடி இனங்கள் எந்தவித வளர்ச்சித் திட்டத்தாலும் பயன்பெறாமல் திண்டாடிக்கொண்டிருக்கிறார்கள். போதிய

கல்வி அறிவு இல்லை, உரிய வாய்ப்புகளை அனுபவிக்கவும் முடியவில்லை, உண்மைதான். ஆனால், பொதுவாகப் பார்க்கும் போது இருளர்களின் வாழ்வில் ஒரு மாறுதல் ஏற்பட்டிருப்பதை மறுக்க இயலாது. இந்த மாற்றம் அதிகரிக்கவேண்டும். அவர்கள் வாழ்வில் ஒளி கிடைக்கவேண்டும். நமக்குக் கிடைக்கும் அத்தனை சலுகைகளும் அத்தனை வாய்ப்புகளும் இருளர்களுக்கு முழுமையாகக் கிடைக்கவேண்டும்.

இருளர்கள் காலம் காலமாகப் பின்பற்றி வரும் மருத்துவ முறைகளை வேறு பலர் தங்களுடையதாகச் சொந்தம் கொண்டாடிக்கொண்டிருக்கிறார்கள். காடுகளிலும் மலைகளிலும் திரிந்து இருளர்கள் கண்டறிந்த மூலிகை அறிவை அபகரித்துக்கொண்டிருக்கிறார்கள் சிலர். அதற்கான பலனையும் இவர்களே அனுபவிக்கிறார்கள். போதிய விழிப்புணர்ச்சி இல்லாததாலேயே இருளர்களுக்கு இந்த நிலை. இது மாற்றப்படவேண்டும். காப்புரிமை பற்றிய அடிப்படைகளை அவர்களுக்குப் போதிக்கவேண்டும்.

இருளர்களுக்கு மாத்திரமல்ல. பல்வேறு பழங்குடி இனங்களும் இந்த வேதனையை அனுபவித்துக்கொண்டிருக்கிறார்கள். அவர்களது செல்வங்கள் சூறையாடப்படுகின்றன. பழங்குடி இனப் பெண்கள் பாலியல் பலாத்காரத்துக்கு உள்ளாகிறார்கள். அவர்களது உடைமைகள் அபகரிக்கப்படுகின்றன. மூளை திருட்டு சர்வ சாதாரணம்.

★

இன்றைய நுகர்வோர் கலாசாரத்துக்கு எதிரானது இருளர்களின் கலாசாரம். திரைகடல் ஓடி திரவியம் தேடும் பழக்கமெல்லாம் அவர்களுக்கு இல்லை. பொன், பொருள், நகைகள் மீது மோகம் இல்லை. சேமிப்புக்கும் பத்திரப்படுத்துவதற்கும் எதிரானவர்கள் அவர்கள். நாளைக்கு உபயோகமாகும் என்று சொல்லி எதையும் அவர்கள் கவனமாகப் பூட்டி வைப்பது கிடையாது.

மண் ஆசை இல்லை. பொன் ஆசையும் இல்லை. பெண் ஆசை? நிறையவே உண்டு. பெண் ஆசை இவர்களுக்கு முதன்மையானது. பாலியல் வேட்கை அதிகம். இதில் ஆச்சரியப்பட வேண்டிய விஷயம் என்னவென்றால் தன் இனப் பெண்களுக்கு இருளர்கள் முழுமையான பாலியல் சுதந்தரம் அளிக்கிறார்கள். ஆண்களைத் தேர்வு செய்யும் உரிமை பெண்களையே சாரும்.

சங்ககால வாழ்வு நெறியான திருமணத்துக்கு முன்பான களவியல் நெறி இன்றும் இருளர்களிடையே நிலவுகிறது. களவியலில் ஈடுபட்டோர் கட்டாயம் திருமணம் செய்து கொண்டே தீரவேண்டும் என்றில்லை. விருப்பமில்லாதோர் இயல்பாக வாழவும் செய்யலாம்.

பெரியவர்கள் நடத்தி வைக்கும் திருமணமும், அகமுறை திருமணமும் இருப்பினும் விதவைத் திருமணமும் ஊக்கு விக்கப்படுகிறது. இவர்களைப் பின்பற்றியே வேறு சில இனக் குழுக்களும் அவ்வாறே பெண்களுக்கு உரிமை வழங்கு கின்றனர்.

கூடி இருக்கும் பெண்கள் கூட்டத்தில் வாலிபர்கள் வலியவந்து விளையாட்டாக எவர் மீதாவது தின்பண்டத்தையோ சிறு கல்லையோ எறிவார்கள். எனில் அவர்களுக்குக் குறிப்பிட்ட பெண்ணின் மீது நாட்டம் என்று பொருள். விருப்பம் அறிந்து பெரியோர்கள் உடனடியாகத் திருமணம் செய்து வைப்பார்கள். தங்கள் விருப்பத்தைப் பெற்றோருக்குப் பயமின்றி தெரிவிக்க இளைஞர்களால் முடிகிறது. பெண்களைக் கேலி செய்வது சினிமாத்தனமாகத் துரத்திச்சென்று காதலிப்பது போன்றவை தடுக்கப்படுகின்றன. இயல்பான ஒரு வெளிப்பாடாகக் காதல் அமைகிறது.

பெண்களைப் போற்றும் சமூகம் இருளர்களுடையது. கன்னி யம்மன் வழிபாடு அவர்களுக்கு முக்கியமானது. முதன்மை யானதும்கூட. பெண் குழந்தைகளை மிகவும் மரியாதையுடன் கவனித்துக்கொள்கிறார்கள். தாய்மாமன், மாமன்மகள், மகனுக்கு இயல்பாகவே திருமண உறவுகள் ஏற்படும் விதமாக அகமணமுறைகள் அமைந்துள்ளன.

சமூகப் பிரச்னைகளைக் கூடிப்பேசி தீர்க்கும் பஞ்சாயத்து முறை சிறப்பாக நடந்துவருகிறது. அத்துடன் ஊர்ப்பிரச்னை, தனிப் பட்ட குடும்பப் பிரச்னைகளுக்குப் பொதுவானதொரு தீர்வு காணும் மையமாகக் கன்னியம்மன் வழிபாடு நிகழ்கிறது. குறிசொல்வதை தெய்வ வாக்காக ஏற்கின்றனர். இதனால் இணக்கமான வாழ்க்கை முறை இருளர் சமூகத்தில் நிலவுகிறது. எந்தப் பிரச்னை என்றாலும் ஊர்ப்பெரியவர்களே அதனைத் தீர்த்துவிடுகிறார்கள்.

நாகரிகத்தைக் கண்டு இருளர்கள் அஞ்சுகிறார்கள். தங்களது சடங்குகளையும் சம்பிரதாயங்களையும் தாங்கள் பெருமையுடன் பாதுகாக்கும் நம்பிக்கைகளையும் நாகரிகம் விழுங்கிவிடும் என்று அவர்கள் கருதுகிறார்கள். அதன் காரணமாக வழிபாடு, சடங்கு, சமயநம்பிக்கைகளின் ஊடாகவே தங்கள் சமூக வாழ்க்கை பின்னிப் பிணைந்துள்ளவாறு அமைத்துக் கொள்கிறார்கள்.

★

அண்மை காலமாகச் சில முக்கிய மாற்றங்களும் இருளர் களிடையே ஏற்பட்டுள்ளன. படிக்கவேண்டும் என்னும் ஆர்வம் மிகுந்திருக்கிறது. கல்வி கற்கவேண்டிய அவசியத்தை அவர்கள் உணர்ந்து வருகிறார்கள். தங்கள் பிள்ளைகளாவது படிக்கட்டும் என்னும் ஏக்கம் பலருக்கு ஏற்பட்டுள்ளது.

நாங்கள் என்னதான் படித்து உயர்ந்த வேலைக்குச் சென்றாலும் எங்கள் முன்னோரின் பண்பட்ட வாழ்க்கைப் பண்பாட்டையும், வழிபாட்டு நெறிகளையும் மாற்றிக் கொள்ளவே மாட்டோம் என்கிறார்கள் இவர்கள், அதாவது முற்றிலுமாக மாற நாங்கள் தயாராக இல்லை. ஓரளவுக்கு அடிப்படை மாற்றங்களை ஏற்றுக்கொள்வோம் என்பது இவர்கள் தரப்பு நியாயம்.

14
தடங்கள், தடயங்கள்

உலகில் எத்தனையோ இனக்குழுக்கள் உள்ளன. பல இனக் குழுக்கள் ஒன்றுடன் ஒன்று கலந்து தங்கள் தொன்மையான மரபுகளை சிறிது, சிறிதாகக் கைவிட்டு ஒருமித்த பண்பாட்டில் சங்கமித்து விட்டன. இதனால் புதிய இனக்குழுக்கள் பல தோன்றியுள்ளன. இந்த இனக்குழுக்களைப் பற்றி தெரிந்துகொள்ள பழங்கால இலக்கியம் நமக்குப் பெரிதும் உதவுகிறது. குறிப்பிட்ட காலத்தில் வாழ்ந்த இனங்கள் பற்றி பல்வேறு குறிப்புகள் இலக்கியத்தில் காணக்கிடைக்கின்றன.

உ.வே.சாமிநாத அய்யரும் அவரது முன்னோடிகளான மகாவித்துவான் மீனாட்சி சுந்தரம், வேதநாயகம் சி.வை.தாமோதரனார் போன்றவர்களும் தமிழ் நிலத்தின் இலக்கியத் தடங்களைத் தேடியெடுத்து நமக்கு அளித்துள்ளனர். அவர்கள் அளித்த சுவடிகள் வாயிலாக, வரலாற்றின் தொடர்ச்சியை நம்மால் புரிந்துகொள்ள முடிகிறது. குறிப்பாக, பதினெண் குடிகள் பற்றிய தகவல்கள் நமக்குக் கிடைத்துள்ள மிகப் பெரிய செல்வம். இப்படியும் வாழ்ந்திருக்க முடியுமா என்று அதிசயிக்க வைக்கும் தகவல்கள் பல அவற்றில் அடங்கியுள்ளன.

இறவுளர், குறவோர், குன்றவர், வேடர், வில்லியர், செஞ்சு, மலைப்பண்டாரம், தேன்வன்னியர் என்றெல்லாம் பலவாறாக அழைக்கப்பட்ட இருளர் இனம் பற்றி பல முக்கியக் குறிப்புகள் கிடைத்திருக்கின்றன. இருளர்களுக்கென்று பிரத்தியேகமான தனி இன வரலாறு இல்லை என்றாலும் சிதறலாகப் பல்வேறு சங்கதிகளை இலக்கியத்தில் இருந்து பெற்றுக்கொள்ள முடிகிறது.

இருளர்களின் விநோதமான பழக்கவழக்கங்களால் கவரப்பட்ட பலர் அவர்களை உன்னிப்புடன் கவனித்து குறிப்பெடுக்க ஆரம்பித்தார்கள். குறிப்பாக, பாம்பு போன்ற விஷ ஜந்துக்களைக் கைகளால் பிடித்து தூக்கிப்போட்டு விளையாடிய இருளர்களை அவர்கள் வியப்புடன் பார்த்திருக்கவேண்டும். இருளர்களின் நம்பிக்கைகள், வழிபாட்டு முறைகள், சடங்குகள் என்று அத்தனையும் அவர்களைப் பரவசப்படுத்தியிருக்க வேண்டும். இருளர்கள் குறித்து விரிவாக ஆய்வு செய்யவேண்டும் என்று அவர்கள் விரும்பியதில் ஆச்சரியம் எதுவும் இல்லை.

காலனி ஆட்சி முறையை ஏற்படுத்த விரும்பி நாடுகள் அந்நிய தேசங்களுக்குள் ஊடுருவின. இவர்கள் ஆட்சி நிர்வாக வசதிக்காக ஆங்காங்கு உள்ள பழங்குடிகளை ஆய்வு செய்தனர். அவ்வாறு நடத்தப்பட்ட மானுடவியல் ஆய்வுகளில், பழங்குடி மக்கள் தொடர்பான பல்வேறு விஷயங்கள் வெளிவந்தன.

அவ்வகையில் ஆசிய அளவில் மானுடவியல் ஆய்வை சி.ஜே. ஃபுல்லர், ரூத்பெனிடிக்ட், எலிசபெத் ஃபிஷர், எட்கர் தர்ஸ்டன், ராட் கிளிஃப் ப்ரவுன், எச்.எச்.ரஸ்லி முதலானோர் மேற் கொண்டனர். பழங்குடிகள் பற்றிய இவர்களது பார்வை துல்லிய மானது என்று சொல்லிவிடமுடியாது. முழுமையானது என்றும் அதை அழைக்கமுடியாது. காரணம், மொழி இடைவெளி. பழங்குடிகளோடு சரிவர உரையாட இவர்களால் முடியாமல் போனது.

சில பழங்குடி இனங்களை இந்த ஆய்வாளர்கள் நாகரிகம் அற்றவர்கள் என்று அடையாளப்படுத்தினர். காட்டில் மேட்டில் விலங்குகளோடு அலைந்து திரிந்தவர்களை ஆய்வாளர்களால் சரியாக உணரமுடியாமல் போனது. நம்மை ஏதோ செய்யப் போகிறார்கள் என்று பயந்த ஆதிவாசிகள் சிலர், ஆய்வாளர் களிடம் முரட்டுத்தனமாக நடந்துகொண்டதும் புரிந்துகொள்ளத்

தக்கதே. இத்தனை இன்னல்களையும் கடந்தே ஆய்வுகள் நடந்திருக்கின்றன.

எட்கர் தர்ஸ்டனின் குறிப்புகள் அதிக முக்கியத்துவம் பெறுகின்றன. செய்யும் தொழில், வாழும் சூழல், சமூகப் பண்பாடு போன்றவற்றின் அடிப்படையில் பழங்குடிகளை தர்ஸ்டன் வகைப்படுத்தினார். சாதிகள் என்னும் பிரிவில் அவர்களைப் பட்டியலிட்டார்.

தர்ஸ்டனின் தென்னிந்திய குடிகளும் குலங்களும் எனும் நூலை வாசிக்கும்போது, நம்மால் கண்டுபிடித்துவிடக்கூடிய உண்மை இது. பிரித்தாளும் சூழ்ச்சியை ஆங்கிலேயர்கள் தர்ஸ்டனின் வாயிலாக வெகு சிறப்பாக அரங்கேற்றியிருக்கிறார்கள்.

இருளர்களைப் பற்றிய தர்ஸ்டனின் மதிப்பீடுகள் முற்றிலும் தவறானவை. எதற்கும் யாருக்கும் கட்டுப்படாமல் சுதந்தரமாகப் பறவைகளைப்போல் திரிந்த இருளர்களை தர்ஸ்டன் தவறான புரிதலுடன் அணுகியிருக்கிறார். யாரிடமும் சேராமல் ஒதுங்கி வாழும் இனம் என்று குறிப்பிடுகிறார். ஆய்வின்போது, தன்னைக் கண்டு பலரும் அச்சமுற்றதாக அவரே எழுதியுள்ளது இதற்கு சான்றாகும். சுமுகமற்ற நிலையில் ஓர் ஆய்வு இப்படித்தான் இருக்கும்.

★

பாம்பினங்கள் பற்றிய ஆய்வின் முன்னோடி என்று பேட்ரிக் ரஸ்ஸலைக் (1727-1805) குறிப்பிடமுடியும். கிழக்குக் கடற்கரை ஓரமாகவும் சோழ மண்டலத்தின் அடர்ந்த வனங்களிலும் இவர் ஆய்வுகள் மேற்கொண்டார். தான் கண்ட விதவிதமான பாம்பினத்தின் பட்டியலைத் தொகுத்து நூலாக கி.பி.1796-ல் வெளியிட்டார்.

ஆந்திரத்து விசாகப்பட்டினத்தில் தொடங்கி தரங்கம்பாடி, நாகப்பட்டினம் வரை எல்லையாகக்கொண்டு இவரின் ஆய்வு நிகழ்ந்தது. அந்தச் சமயங்களில் இவருக்கு உதவியவர்கள் இருளர்களே. பாம்பின் வகைகள், இயல்புகள், விஷத்தின் தன்மைகள் என்று அனைத்து தகவல்களையும் இருளர்களிடம் இருந்து பெற்று அறிவியல் நோக்கில் பதிவு செய்தார் ரஸ்ஸல். இந்தியாவில் பாம்பியல் துறை தொடங்கப்பட்டதற்கு இவர் ஒரு வகையில் முன்னோடி.

ரஸ்ஸலைத் தொடர்ந்து ஜார்ஜ் ஆல்பர்ட்போல் ஜெர் (1858-1937), ஃபிரான்க் டபிள்யு. வெல் (1868-1950), மால்கம் ஆர்தர் ஸ்மித் (1876-1958), கே.ஜி.கர்புரே (1880-1956) போன்றோர் பாம்பியல் ஆய்வைத் தொடர்ந்து மேற்கொண்டனர். இவர்கள் இருளர்களை ஒன்றிணைத்து பாம்பு ஆய்வுப் பண்ணை ஒன்றை அமைத்தனர்.

இந்த ஆய்வாளர்களின் நூல்களில் இருளர்கள் பற்றிய குறிப்புகள் வெகு சிலவே இடம்பெற்றுள்ளன. பாம்பு பிடிக்கும் வழிமுறைகள், பாம்பு பிடிப்பதில் அவர்கள் காட்டும் துணிச்சல் போன்ற சங்கதிகள் மட்டும் இடம்பெற்றுள்ளன. இவர்கள் மேற் கொண்டது பாம்புகள் பற்றிய ஆய்வே தவிர, இருளர்களைப் பற்றியது அல்ல. இந்தக் குறைபாட்டை நம் மண்ணில் தோன்றிய இலக்கியங்களே நிறைவு செய்துள்ளன.

★

பழங்குடிகள் தங்கள் இனத்தைத் தவிர பிற இனத்தில் மணம்புரிய மாட்டார்கள். இந்தக் கட்டுப்பாடுகள் அவர்களுக்கு நிறைய எதிரிகளை ஏற்படுத்தியுள்ளது. சங்க காலச் சமுதாயத்திலும் அதுபோன்ற ஒருநிலை ஏற்பட்டுள்ளதைக் குறிப்பாகத் தங்களை ஆண்ட ஓர் அரசனே வந்து பெண் கேட்டும் தர மறுத்த முதுகுடி மக்களின் பண்பை புறநானூறு 342, 343, 345 பாடல்கள் (மக்கட்பாற் காஞ்சி படலம்) விவரிக்கின்றன.

பழங்குடிகளின் உணவுப் பழக்கமும் வேட்டையாடும் திறமும் பதிவு செய்யப்பட்டுள்ளன. தாங்கள் விதைத்த தினையை கள்ளத்தனமாகத் தின்னவரும் காட்டுக் கோழியை பொறி வைத்துப்பிடித்து, அதனையே சமைத்து உண்ணும் மக்கள். காட்டில் கூட்டாக வேட்டையாடிய முள்ளம் பன்றியை, உடும்பின் இறைச்சியைப் பலருக்கும் பங்கிட மரத்தில் கட்டி பல்லக்கு போல் சுமந்து, குடியிருப்பில் தீமூட்டி அதனை வேக வைத்து சமைத்து பங்கிட்டு உண்ட காட்சி. பொறிவைத்து உடும்பைப் பிடித்து அதனை வேகவைத்து தயிர் சோற்றோடு பிசைந்த கூழினைச் சேர்த்து ஆடிப் பாடி மகிழ்ந்து உண்ணும் காட்சி.

முதுகுடிகளில் தமிழ் பேசியோர் கறுப்பாக இருந்திருக்கின்றனர். அவர்களை எதிர்த்து பல போர்கள், அழிப்பு வேலைகள் இம் மண்ணில் நிகழ்ந்துள்ளன. வேதகாலத்தில் இவர்களை

தஸ்யூக்கள் என்று அழைத்தனர். அரக்கர் என்னும் பெயரும் உண்டு.

இதுபோன்ற சப்பை மூக்குள்ள (இருளரின் அடையாளக் குறிப்பில் எட்கர் தர்ஸ்டனும் இவ்வாறே அடையாளப்படுத்து வார்) கறுப்பு தஸ்யூக்களைப் பற்றி (தமிழனைப் பற்றி) ரிக் வேதத்தின் 10,552 பாடலிலும், சாம வேதத்தின் 1,875 பாடலிலும், யசுர் வேதப் பாடலில் 1,975-லும், அதர்வண வேத 5,030 பாடலிலும் கூறப்பட்டுள்ளது.

ரிக் வேதத்தில் உள்ள 1-100-18-ம் பாடல் 'இந்திரன் தஸ்யூக்களை எதிர்த்துக் கொன்றான், கறுப்பர்களான அவர்களின் நிலங்களை வெண்ணிற நண்பர்களுடன் பகிர்ந்து கொண்டான்' என்று குறிப்பிடுகிறது. மற்றும், வீரனான சோமக்குடியன் வேள்வி செய்யாத, தெய்வத்தை வணங்காத மக்களின் செல்வங்களைப் பறித்து தெய்வ நம்பிக்கை உள்ளவர்களிடம் தருகிறான். எண் 1-103-4, 5 பாடல் கூறுகிறது.

இந்திரன் வேள்விகளை வெறுக்கும் தஸ்யூக்களை தண்டித் தான். அவர்களின் கறுப்புத் தோலை உரித்தான் என்கிற குறிப்பும் காணக்கிடைக்கிறது. இந்திரனைப் போற்றாத தஸ்யூபெஸ்களைக் கொன்று குழியில் தள்ளினார்கள். ஆதாரம் 1:133:1-ம் பாடல்.

இருளர்கள் வேள்வியை விரும்புவதில்லை. உயிருடன் வாழ்ந்து மறைந்த கன்னிமார்களை, மூத்தோர்களை மட்டுமே வணங்குவர். அவர்களது உணவு சமைக்கும் அடுப்பு வேள்விக்கான வேள்விக் குண்டம் போலவே இருந்தது. தரையை ஆழமாகச் சதுரமான வடிவில் தோண்டி நாற்புறமும் கருங்கல் சில்லுகளைப் பதித்து அக் குழியில் தீ மூட்டி சமைப்பார்கள். இவர்களைப் பார்த்தே வேள்விக்குண்டமும் அமைக்கப்பட்டிருக்கலாம். இருளர்களின் அடுப்பு எதிர்ப்புக்கு உள்ளானதற்குக் காரணம் இதுதான். வேள்வித் தீயில் அனைத்தும் சாம்பலாகின்றன. இருளரின் தீயில் அனைத்தும் உணவாகின்றன.

நான்கு வேதத்திலும், அக்காலத்தில் நாடாண்ட பல தமிழ் அரசர்களையும், வீரப் பெண்மணிகளையும் பற்றிய குறிப்புகள் உள்ளதாக ஹரப்பாவில் தமிழர் நாகரிகம் என்னும் நூலில் குருவிக்கரம்பை வேலு குறிப்பிடுகிறார்.

வில்லின் அம்புக்கூர்மை உயிரினங்களை எவ்வாறு துளைத்து அதனை உணவாக மாற்றுகிறதோ அவ்வாறே ஏரின் கூர் நுனி, நிலத்தை அகழ்ந்து உணவுக்கான விளைச்சல் களமாக மாறுவதை புறப்பொருள் வெண்பாமாலையில் உள்ள பாடலில் வரும் வில்லேர் உழவர் என்ற சொல் உணர்த்துகிறது.

வில்லேர் உழவர் வேற்றுப்புலமுன்னிக்
கல்லேர் கானங் கடந்து சென்றன்று.

பகைவர் அறியாதபடி அடர்ந்த கற்கள் நிரம்பிய காட்டைக் கடந்து செல்லும் காட்சியை இந்தப் பாடல் கூறுகிறது.

குடிநிலை எனும் பொருள் உரைக்கும் இப்பாடல், தமிழரின் தொன்மையைப் பறைசாற்றுகிறது.

பொய்யகல நாளும் புகழ்விளைத்தல் என்வியப்பாம்
வையகம் போர்த்த வயங்கொலி நீர் - கையகலக்
கற்றோன்றி மண்தோன்றாக் காலத்தே வாளோடு
முற்றோன்றி மூத்த குடி.

- புறப்பொருள் வெண்பா மாலை

வேதம் மற்றும் இதர தமிழ் தொன்மை இலக்கியங்களில் மட்டுமல்ல, மகாபாரதத்திலும் பழங்குடிகள் வருகிறார்கள். தமிழ் மற்றும் கிளை மொழி பேசிய திராவிடர்கள் பற்றிய குறிப்பு மகாபாரதத்தில் வருகிறது.

மகாபாரதம் (தமிழ் மொழிபெயர்ப்பு) துரோண பருவம் பக்கம் 308. 24 முதல் 28 வரையுள்ள பாடல் வரி இது.

'காகத்தின் நிறமுடையவர்களும், கெட்ட நடையை உடையவர்களும், ஸ்திரி சாபமுள்ளவர்களும், கலகத்தில் ப்ரீத்தியுள்ளவர்களும், மத யானையின் பராக்கிரமம் போல் வலுவுடையவர்களுமான திராவிடர்களும் அங்கு யுத்தம் செய்தார்கள்.'

சிலப்பதிகாரத்தில் வேட்டுவ வரியிலும். வஞ்சிக் காண்டத்தில் கண்ணகியைக்கண்டு ஆடிய குரவைக் கூத்து பற்றிக் குறிப்பிடப் பட்டுள்ளது. மணிமேகலையில் அமுதசுரபி அன்னத்தை முதலில் அள்ளிட ஆதிரையை அணுகியபோது, ஆதிரையின் கணவன் பழங்குடி நாகர்களிடம் சிக்கிய காட்சி பதிவாகியுள்ளது.

சீவக சிந்தாமணியில் சீவகன் வேடர்களை, பழங்குடிகளை அச்சுறுத்தி பசுக்களை மீட்கும் சேதியைப் பதுமையார் இலம்பகத்தில் பதிவு செய்திருக்கிறார். காட்டில் வாழும் குடிகளைப் பற்றியும் அவர்களைப் பற்றிய அச்சத்தையும் சீவக சிந்தாமணி கூறுகிறது.

கையடு சிலையினர் காட்டுள் வாழ்பவர்
பையுடை யாக்கையர் பாவ மூர்த்தியர்

இதைப்போலவே, பெருங்கதையில் உஞ்சைக் காண்டம் எனும் பகுதியில் காவிய நாயகன் உதயணன், நாயகி வாசவதத்தையுடன் காட்டைக் கடந்து போகும்போது, அவர்கள் முதுகுடி மக்களால் வளைத்துப் பிடிக்கப்பட்ட காட்சி விரிவாகப் படம் பிடித்துக் காட்டப்பட்டுள்ளது.

இருளர்களின் சிறப்பியல்புகள் நம்மை ஆச்சரியத்தில் மூழ்கடிக்கின்றன. அதேசமயம் இருளர்கள் அனுபவிக்க நேர்ந்த இன்னல்கள் நம்மை உலுக்கியெடுக்கின்றன.

15
வலிமையே வாழும்

இருளர்களின் அரசியல் நெறி தனித்தன்மை கொண்டது. இவர்களைப் பின்பற்றியே பிற இனக் குழுக்களும் தங்களுக்குள் அரசியல் நெறிகளை உருவாக்கிக் கொண்டனர்.

குமரிக் கண்டம் என்றும் லெமூரியா என்றும் வழங்கப்படும் பரந்த நிலப்பகுதி, தென் துருவம் வரை இழையோடி இருந்த காலம் அது. பல்வேறு பழங்குடி இனங்கள் வெவ்வேறு பகுதியில் வாழ்ந்து வந்தனர். தமிழ் நிலத்தில் வாழ்ந்த தொல்குடி மக்களில் ஒளியர் என்ற இனம் உண்டு. இவர்கள் ஒளிநாட்டைச் சேர்ந்தவர்கள். தென்துருவம் முழுவதும் இருளே இல்லாமல் விளங்கிய நாடு ஒளிநாடு. அதன் அருகில் புவிக்கோளின் மையத்தில் உள்ள நிலப்பகுதியுடன் அமைந்திருந்தது பெரு வளநாடு. இங்குள்ளோரை பெருவள நாட்டார் என்று அழைத்தனர். ஈக்வடார் என்று நாம் இன்று அழைக்கும் பிரதேசம். இங்கிருந்து அன்றைய குமரி ஆற்று எல்லைவரை இருந்த பகுதி, குமரிநாடு. குமரி ஆறு தொடங்கி துங்கபத்ரை ஆறு வரையுள்ள பகுதி குடும்ப நாடு.

துங்கபத்ரை தொடங்கி விந்தியம் வரை உள்ள நாடு துண்டி நாடு (இங்கிருந்துதான் யானை முகமும்

ஆண் உடலும் கொண்ட இன்றையப் பிள்ளையாரின் உருவம் பரவியது. பிள்ளையாருக்கு துண்டிவிநாயகர் என்ற பெயரும் உண்டு.) வடக்கில் உள்ள கணவாய் - சிந்து நாடென்றும், கசுமீர் கசமர் நாடென்றும், கங்கைச் சமவெளி கங்கநாடென்றும், இமயம் சார்ந்த நிலப்பகுதி பனிமலை நாடென்றும், மலைவளம் பொருந்திய பூடான் பகுதி புதர் நாடென்றும், இன்றைய ஆப்பிரிக்க வறண்ட பகுதி திருதி என்றும் மைசூர் பகுதி முழு வதையும் எருமை நாடென்றும் நிலவியல் மற்றும் அங்குள்ள இயற்கை ஆதாரங்களையும் வைத்து அளவிட்டனர்.

பின்னர் ஏற்பட்ட கடற்கோள், நிலங்களைத் துண்டுத் துண்டாகப் பிரித்தது. கடல்கள் உருவாயின. பழங்குடிகள் தங்கள் இருப்பிடங்களைவிட்டு வெளியேற வேண்டிய அவசியம் ஏற்பட்டது. அவிழ்த்துவிட்ட நெல்லிக்கனி மூட்டையின் கதைதான். ஒவ்வொரு குழுவும் ஒவ்வொரு மூலைக்கு உருண்டோடியது. உலகம் முழுவதிலும் உள்ள பழங்குடிகள் இடையே சில பொதுவான அம்சங்கள் நிலவுவதற்குக் காரணம் இதுவே.

இவ்வாறு தமிழ் நிலத்தில் வாழத் தலைப்பட்ட மக்கள் ஒவ் வொரு குழுவாக ஒவ்வொரு பகுதியில் விரும்பியவாறு குடியேற ஆரம்பித்தனர். அவர்களுடைய இன அடையாளங்களைக் குறிக்கும் வகையில் மலையில் வாழ்வோரை குறிஞ்சி நில மக்களென்றும் அங்குள்ளோரை குறவர், கானவர், குன்றவர், புனவர், இறவுளர் எனவும் வழங்கினர். இவ்வாறே வறண்ட பாலைநிலத்தில் வாழ்ந்தோரை கொலைஞர், எயினர், வனசரர், சவரர், சிலவர், கானவர், மாகுலவர், கிராதர், புளினர், மறவர், வேடர் என அழைத்தனர்.

முல்லை எனும் மலைச்சரிவு மற்றும் விளைச்சலின்றி வனங் களாக இருந்த பகுதியில் வாழ்ந்தோரை முல்லையாளர், கோவலர், இடையர், வண்டர், பொதுவர், ஆண்வல்லோர், குடவர், பாலர், தொலுவர், கோவிந்தர், அண்டர், ஆயர், அமுதர், கோபாலர் என அழைத்தனர். நீர் சூழ்ந்த இடங்கள், கடல்பகுதியில் வாழ்ந்தவர்களை பரதவர், நுளையர், கடலர், வலையர், திமிலர் என்றும் விளைநிலம் சூழ்ந்த பகுதிகளான மருதநிலத்தில் வாழ்ந்தவர்களை களமர், தொழுவர், மள்ளர், கம்பளர், வினைஞர், உழவர், கடைஞர், கிளைஞர் என்றும் வழங்கினர்.

இதுபோன்ற வாழ்நிலங்களில் உள்ள இனக்குழுக்கள் ஒவ்வொன்றும் குறிப்பிட்ட ஒழுக்க நெறிகளைப் பின்பற்றி வாழ்ந்தனர். ஒரு குழுவின் ஒழுக்க நெறி மற்றொரு குழுவோடு கலக்காமல் இருக்கும்படி குழுக்களில் மூத்தவர்கள் கவனமாகப் பார்த்துக்கொண்டனர். குழுவின் தலைவர்களாகவும் மூத்தவர்களே இருந்தனர். அனுபவத்துக்கும் வயதுக்கும் கொடுத்த மரியாதை. இந்தத் தலைவர்கள் குறிப்பிட்ட இனத்தின் பாதுகாவலர்களாகத் திகழ்ந்தனர். சகல பிரச்னைகளுக்கும் இவர்களே தீர்வு கண்டனர்.

நாளடைவில் நிலங்களில் பயிரிடும் முறையை இந்த இனக் குழுக்கள் கற்றுக்கொண்டன. கால்நடைகளின் தேவை புரிந்து கொள்ளப்பட்டது. நிலத்தின் முக்கியத்துவத்தை அவர்கள் உணர்ந்துகொண்டனர். சரி, தேவைப்படும் நிலத்தை எப்படி பெறுவது? அடுத்தவர் நிலத்தைக் கைப்பற்றிவிடவேண்டியது தான். கால்நடைகள்? அவற்றையும் கைப்பற்றிவிட வேண்டியதுதான்.

குழு மோதல்கள் ஆரம்பமாயின. இந்த மோதல்களில் வென்றவர் தோற்றவர்க்கு அடங்கி இருக்கவேண்டும். புதிய அரசு முறை (சீறூர் மன்னர்) அறிமுகமானது. சீறூர் மன்னர்கள் பலர் அடங்கிய தொகுப்பை, முதுகுடி மன்னர் நிர்வகித்தார். இவர்கள் இருவரையும் மேற்பார்வை செய்தவர் வேந்தர் என்னும் பெரிய அரசர்.

அரசு என்னும் அமைப்பு உருவாகிவிட்டாலும்கூட இனக் குழுக்களின் சமூகத் தலைவர்களின் செல்வாக்குக் குறைந்துவிடவில்லை. தங்கள் இன மக்களின் பிரதிநிதியாக அவர்கள் விளங்கினர். இவர்கள் அரசு எல்லைக்குள் அரசியல் எல்லைக்கு அப்பாற்பட்ட சமூக அலுவல்களை கவனிக்கும் ஓர் அமைப்பாக விளங்கினர்.

தங்கள் சமூகத்தாரின் உணவு, உறையுள், வாழ்க்கை நெறி, வழிபாட்டு முறைகள், சடங்குகள் போன்றவற்றை முறையாகச் செய்திட ஒரு குழுவை இவர்கள் உருவாக்கினர். இக்குழுக்கள் பண்ணை, ஓரை, ஆயம் என்று பல்வேறு பெயர்களில் இடத்துக்குத் தக்கவாறு அழைக்கப்பட்டனர்.

சீறூர், பேரூர், முதுகுடியூர் வேந்தர்களின் அழுத்தமான ஆளுகைக்கு உள்பட்ட பின்னர், மன்னர் மரபு தோன்றின. மன்னர்

மரபின்போது, ஆட்சிமன்றம் உருவானது. இதில் முதலாவதாக இனக் குழுக்களின் தலைவர்களான மூப்பன்கள், ஊராளிகள், கிராமத் தலைவர்கள், முதுமக்கள் கூடிய பெருமக்கள் அவை ஒன்று உருவானது.

தோட்டவாரியப் பெருமக்கள் ஏரிவாரியப் பெருமக்கள், கழனி வாரியப் பெருமக்கள், பஞ்சவாரியப் பெருமக்கள், கணக்கு வாரியப் பெருமக்கள், கலிங்க வாரியப் பெருமக்கள், தடிவழி வாரியப் பெருமக்கள், ஊராளும் பெருமக்கள், கண்காணிகள், பூசாரிகள் போன்றோர் கொண்ட ஒரு குழு உருவானது.

தலைவரை கிராம தலைவர் என்றும் ஊர் தலைவர் என்றும் அழைத்தனர். நாற்பதுக்கும் மேற்பட்ட குடும்பம் அடங்கியுள்ள ஒரு குடியிருப்பை, பேரூர் என்று அழைப்பார்கள். இப்பேரூரின் உள்ளே இருளர் உள்ளிட்ட பிற இனக் குழுவினர் வசிப்பார்கள். இவ்வாறு தங்களுடன் சேர்ந்து வாழும் இதர குழுவினரின் வாழ்க்கைச் சூழலைப் பாதுகாப்பதும் ஊராளும் தலைவனின் கடமையாகும்.

விளைச்சல் நிலங்களின் (மருத நிலம்) மீதான ஈர்ப்பு அதிகரிக்க அதிகரிக்க போர்கள் அடிக்கடி நிகழ்வது இயல்பானது. போர்களின் தொடர்ச்சியாகப் பல சீறூர்கள், ஒரு குடையின் கீழ் கொண்டுவரப்பட்டன. அப்போது மருதநிலம் தவிர பிற முல்லை, நெய்தல், குறிஞ்சி நிலப்பகுதிகள் பலவும் இப்பட்டியலில் இணைந்தன.

பேரரசுகள் தோன்றிய பின் ஒவ்வோர் ஆளுகைக்கு உட்பட்ட பகுதியும் மண்டலங்களாகப் பகுத்து ஆளப்பட்டன. இந்தக் கட்டத்திலும் பழங்குடி இனத்தின் தொன்மையான ஊராளும் அவை, எந்தவிதமான சலனத்துக்கும் ஆட்படாமல் தங்கள் நிலையில் மாறாமல் செயல்பட்டன.

புதிது, புதிதாக உருவான சீறூர், பேரூர், முதுகுடி மன்னர், மண்டல அரசுகள் ஆகிய அரசியல் படிநிலை மாற்றங்களால் பழங்குடி இனத்தின் ஊர்த் தலைவர்களின் அடையாளம் மாறிவிடவில்லை. மன்னர்களுக்குப் பின்னர் ஏற்பட்ட பலமொழி பேசும் ஆட்சியாளர்கள் பிடியில் நாடு ஆளுகைக்கு உட்பட்டபோதும், பழங்குடி இனம் அதன் வடிவங்களை இழக்காமல் பாதுகாத்தது. அந்நியராட்சியிலும் இதே நிலை தொடர்ந்தது.

பழங்குடிகளின் அரசியல் பண்பு பழங்கற்காலம் தொடங்கி இன்று வரை சங்கிலித் தொடராகத் தொடர்கிறது. பழங் குடிகளின் சமூகக் கட்டமைப்பை அரசியல் நெறியைப் பல்வேறு பழங்குடிக் குழுக்கள் சுவீகரித்துக்கொண்டன.

★

ஊர்த்தலைவர்களை மதித்துப் போற்றினார்கள் இருளர்கள். சண்டை, சச்சரவு, மணமுறிவு, குழந்தை பிறப்பு, திருமணம், வழிபாடு எது நடந்தாலும் இருளர்கள் தங்கள் தலைவர்களையே நாடி ஆலோசனை பெற்றுக்கொண்டனர். மக்களைக் கண்காணிக் கும் ஓர் அமைப்பாக, அவர்களுடன் ஒட்டி உறவாடும் அனுபவம் வாய்ந்த ஒரு தலைமையாக ஊர்த்தலைவர்கள் விளங்கினார்கள்.

ஊராளி, ஜட்டி, ஜட்டி பூசாலி, பூசாரி மூப்பன் உள்ளிட்ட பல்வேறு பெயர்களால் தங்கள் தலைவர்களை இருளர்கள் அழைக்கின்றனர். வயதில் மூத்தவர்களே தலைவராக விளங்கு கின்றனர். சில குழுக்களில் ஒரே குடும்பத்தைச் சேர்ந்தவர்கள் அந்தப் பொறுப்புக்கு வருகின்றனர். சில இடங்களில் ஊர் மக்கள் ஒன்று கூடி தங்கள் தலைவரைத் தேர்வு செய்கிறார்கள். இந்தக் குழுவே பஞ்சாயத்துக் குழு என்றும் கிராமப் பஞ்சாயத்து என்றும் கன்னடத்திலும் தெலுங்கிலும் வழங்கப்படுகிறது.

ஒரு தலைவன் எத்தகைய பண்புகளைப் பெற்றிருக்கவேண்டும்? வயதில் மூத்தவர். அனுபவம் நிறைந்தவர். வேட்டையில் வல்லவர். இருளர் பண்பாட்டில் வழுவாதவர். நியாயவாதி, வீண் சச்சரவில் ஈடுபடாதவர், குடும்பத் தலைவர், பலபெண்டு பிள்ளைகள் பெற்றவர், கன்னியம்மனிடம் பக்தி பூண்டவர், இருளரின் தாயாதி வகைகளை நன்கு அறிந்தவர், சொந்தமாக நிலம் வைத்துள்ளவர். இதுபோக இன்னும் பல அம்சங்கள்.

தேர்ந்தெடுக்கப்படும் தலைவர் தனக்குக் கீழே ஐம்பெரும் குழு ஒன்றை அமைப்பார். திருமண விவகாரம், குடும்பநலன், மணமுறிவு உரிமைகளைப் பார்க்க ஒருவர். வழிபாடு, சடங்குகளைக் கண்காணிக்க ஒருவர். இறப்பு சடங்கு மற்றும் அதனையொட்டிய உறவினர்களுக்குத் தேவையான ஆலோ சனை சொத்து பிரிப்பு, இடம் பெயர்வு ஆலோசனைகள் கூற ஒருவர். கன்னியம்மன் கோயில் வழிபாடுகளைக் கண்காணிக்க ஒருவர். உள்ளுக்குள் நிகழும் சண்டை - சச்சரவுகளை விசாரித்து

களைய ஒருவர். தலைவரின் முழுமையான கட்டுப்பாட்டின் கீழ் இந்தக் குழு செயல்படும்.

வெளியாள்கள் யாராவது இருளர்களின் பிரதேசத்துக்கு வந்து விட்டால் தலைவரே அவர்களுடன் உரையாடி விஷயத்தைச் சேகரிப்பார். என்ன ஏது என்று உட்கார வைத்து பேசி சங்கதிகளைத் தெரிந்துகொண்ட பிறகே அவர்களை உள்ளே அனுமதிக்கலாமா வேண்டாமா என்பதை முடிவு செய்வார். தலைவரின் ஆலோசனையை இருளர்கள் புறக்கணிப்பதில்லை.

★

பிறரது துன்பங்களைத் தன்னுடைய சொந்த துன்பமாகக் கருதும் வழக்கம் பழங்குடிகளிடம் உண்டு. நமக்கென்ன போச்சு அடுத்தவர்கள்தானே பாதிக்கப்படுகிறார்கள் என்று அவர்கள் எண்ணுவதில்லை. வசதி இல்லாதவர்களுக்கு வசதி படைத்தவர்கள் உதவ வேண்டும். இது அவர்களது கடமை.

வலிமையானது மட்டுமே வாழும் என்கிற டார்வினின் கொள்கையை இவர்கள் வேறு வகையில் அர்த்தப்படுத்தி வைத்திருக்கிறார்கள். நான் வலிமையானவன். என்னைவிட வலிமை குன்றியவன் வாழவேண்டுமானால் நான் அவனுக்கு உதவி புரியவேண்டும்.

பின்னிணைப்பு

உதவிய நூல்கள்:

- சங்கத் தமிழும் பிற்காலத் தமிழும் - ஞான சரஸ்வதி, ஆசிரியர். உ.வே.சா., உ.வே.சா. நூல் நிலைய வெளியீடு.

- மந்திரமும் சடங்குகளும், ஆ. சிவசுப்ரமணியன், மக்கள் வெளியீடு.

- சங்க கால இனக்குழு சமுதாயமும் அரசு உருவாக்கமும், பெ.மாதையன், பாவை வெளியீடு.

- பண்டைத் தமிழகம், பேரா. சி.க. சிற்றம்பலம், குமரன் வெளியீடு.

- செங்கை மாவட்ட ஊர்ப் பெயர்கள், டாக்டர். கரு.நாகராசன், உலகத் தமிழாராய்ச்சி நிறுவனம்.

- பழங்காலத் தமிழர் வாணிகம், மயிலை சீனி.வேங்கடசாமி, N.C.B.H.

- தமிழ்ச் சங்கங்களின் வரலாறு, அ. சிதம்பரனார், தமிழ்மதி பதிப்பகம்

- Tribal Development and its Administration, New Delhi, 1981 Census.

- தஞ்சைத் தமிழ்ப் பல்கலைக் கழகம் வெளியிட்ட கலைக் களஞ்சியத் தொகுப்பு.

- சங்க இலக்கியம் பட்டினப் பாலை, கோ. வில்வபதி, பழனியப்பா பிரதர்ஸ்.

- பூச்சிக்கடி வைத்தியம், எஸ். சூசைராஜா, ஸ்டார் பிரசுரம்.

- தொல்லியல் கருத்தரங்கு தொகுதி I, தமிழக வரலாற்று பேரவை வெளியீடு.

- Stewartsynopsis.com

- An Excursion Flora of Central Tamilnadu, India - Prof. K.M.Mathiew, CRC

- (COBRA) Monthly Magazine Sep. Volume, Sneak Park Trust.

- சென்னைப் பல்கலைக்கழக லெக்சிகன் 1 முதல் 6 வரை.

- திவாகர நிகண்டு.

நன்றி

- ஆர். இராமன் - CCRD, கள அலுவலர்
  பழையனூர் - திருவாலங்காடு.
- தமிழ்மணி, அரசு சுகாதாரத்துறை ஆய்வாளர்
  பொன்னேரி, ஆரணி.
- கே. கந்தன், ஊராட்சித் தலைவர்
  வடக்கு நல்லூர், பொன்னேரி.
- ஆர். தங்கவேலு
  வில்லியர் காலனி, வடக்கு நல்லூர்.
- தோழர். என். இராமகிருட்டிணன்
  முகப்பேர், ஏரி திட்டக் குடியிருப்பு.
- ஜி. கோவிந்தன், செங்கற்பட்டு.
- செஞ்சி.டி.பலராமன், வீடூர், செஞ்சி.
- தோழர் லதா தியாகு, ஆசிரியர் - களப் பணியாளர்
  அம்பத்தூர்.
- கோபால் ராவ், ஹோட்டல் ஊழியர்
  சாமுண்டிபுரம், மைசூர்.
- முருகேசன், இருளர் காலனி, பழையனூர்.